தமிழாய்வு மணிகள்

முனைவர் கி. ராம்கணேஷ்

படையல்

திரு. கோவிந்தசாமி நாயுடு – திருமதி. குப்புத்தாயம்மாள்

திரு. சுப்பைய நாயுடு – திருமதி. துளசியம்மாள்

திரு. வெங்கிடுசாமி நாயுடு

திரு. வெங்கிடுசாமி நாயுடு – திருமதி. முத்துலட்சுமி

பொருளடக்கம்

முன்னுரை

உலகின் இயக்கம் படைப்பின் வழியே இயங்குகிறது. மனிதனின் எண்ணங்களுக்கு சிந்தனை அடித்தளமிடுகிறது. சிந்தனையே படைப்புக்கு ஊற்றாக இலங்குகிறது. காலந்தோறும் இலக்கியப் படைப்புகள் தோன்றிக் கொண்டே இருக்கின்றன. காலத்தின் தேவை கருதியும் வெளிப்படுத்த வேண்டும் என்ற ஊக்கமும் இணைந்து செயல்பட்டு இலக்கியங்களாகப் பரிமாணமடைகின்றன. படைப்பெ- னும் பிரசவம் நிகழ்ந்தவுடன், வாசகர் கையில் தவழ்ந்து வளம் பெறு- கிறது.

படைப்பினை ஆழ்ந்து நோக்கி, சிறந்த கண்ணோட்டத்தோடு படைப்பு உருவானதன் தேவையை அணுகி அதன் இயல்புகளை வெளிப்படுத்த ஆய்வு தேவையாகிறது. ஏன்? எப்படி? எதற்காக? எனும் கேள்விகள் மனித சிந்தனைக்குத் தோற்றுவாயாகிறது. இந்த உந்து சக்தியே, சிறந்த படைப்புகளுக்கு அங்கீகாரத்தை வழங்குகிறது. அவ்வகையில் சங்க காலம் தொடங்கி தற்காலம் வரையிலும் படைப்புகளால் தமிழுலகம் கொண்டாடப்பட்டு வருகிறது. இருப்பினும் படைப்பினைச் சுவைத்து அதன் இனிமையைப் பறைசாற்றுவதற்கான முயற்சியில் எனது ஆய்வுக் கட்டுரைகள் அமைந்துள்ளன.

மனத்தின் அறிதிறன் கொண்டு கட்டுரைகள் ஆய்வுநெறிக்கண் அமைந்துள்ளன. இலக்கியப் பாடுபொருள்கள் ஒவ்வொரு நூற்- றாண்டிலும் ஒவ்வொரு வகையாக அமைந்திருக்கின்றது. ஆய்வுக்- கான அணுகுமுறைகள் பின்பற்றப்பட்டு இலக்கிய வெளிச்சம் உலகம் முழுவதும் மேலும் பரவ இக்கட்டுரைகள் வழிகாட்டும் என நம்புகி- றேன். நான் தொடர்ந்து எழுதிய கட்டுரைகள் ஒவ்வொன்றும் சிறு- சிறு தீப்பொறிகளாகி நின்று ஆய்வின் வழி பரவியுள்ளன. நன்- மையெனும் விளக்கிற்கு ஒளி கொடுத்து, தீமையெனும் இருட்டை விரட்டச் செய்வதற்கான பெருமுயற்சியாக இக்கட்டுரைகளைக் கரு- துகின்றேன்.

"தமிழாய்வு மணிகள்" எனும் தலைப்பில் அமைந்த இந்நூல் வெளிவர துணையாய் இலங்கிய பேராசிரியத் தோழமை முனைவர் க. இராஜா அவர்களுக்கு என் நன்றி என்றும் உரியது. ஆய்வுக்கான தேடலை என்னுள் விளைவித்த அன்பு நெஞ்சங்களுக்கும் என் நன்- றியைத் தெரிவித்துக் கொள்கிறேன். மேலும் ஆசிரியப் பணியில்

என்னை மெருகேற்றும் செயலில் ஈடுபடுத்தும் படைப்பாளர்களுக்கும் என் நன்றியையும் வணக்கத்தையும் தெரிவித்துக் கொள்கிறேன்.
அன்புடன்
முனைவர் கி. ராம்கணேஷ்

1

பூவும் போரும்

முன்னுரை

இயற்கையின் தோற்றங்களாக விளங்கும் மனிதனுக்கும் மலருக்கும் மிகுந்த ஒற்றுமையுண்டு. மனம் கொண்டவன் மனிதன்; மணம் கொண்டது மலர்' எனக் கூறும் அளவிற்கு தமிழ்ச்சமூகத்தில் மலர்களின் பங்கு அளப்பரியதாக விளங்கு-கின்றது. வாழ்க்கையில் ஏற்படும் திருமணம், இறப்பு போன்ற பல்வேறு சடங்குக-ளிலும் ஊடும் பாவும் போல மலர் சிறப்பானதொரு இடத்தினைப் பெற்றுள்ளது. இறைவழிபாடு மேற்கொள்ளும் போது செய்யும் வழிபாட்டு நிகழ்வில், பூவும் நீரும் படைத்து வணங்குவதே பூசை எனச் சான்றோர் நவில்வது எண்ணத்தக்கதாகும். இத்தகைய சிறப்பு வாய்ந்த மலர்கள், வீரத்திலும் வியாதிகளைப் போக்கும் மருத்து-வத்திலும் இடம் பெற்றுள்ள நிலையை இலக்கியங்களின் வழி ஆராய்வதாக இக்-கட்டுரை அமைகின்றது.

மூவேந்தர்பூக்கள்

போர்க்களத்தில் போரிடும் போது இருதிறத்து மறவர்களும் தத்தமது அடை-யாளப் பூவைச் சூடிப் போர் செய்வர். இஃது மரபாகப் போற்றப்பட்டது. வீரர்கள் பூச்சூடுவதை வைத்தே எதற்காகப் போர் நிகழ்கிறது என்பதை உணர முடியும். மேலும், வீரர்கள் அக்காலத்தில் பல்கிப் பெருகியிருந்தனர். அச்சூழலில் போர்க்க-ளத்தில் தன்னுடன் போர்புரிபவன் எதிரியா, தன்னுடைய படையைச் சேர்ந்தவனா என அடையாளம் காணவும் பூக்கள் பயன்பட்டதை இலக்கியக்கண் கொண்டு ஆராயும்போது தெள்;ளிதின் புலனாகும்.

சங்காலத்தில் புகழ்பெற்றவர்களாகத் தமிழகத்தை ஆண்டவர்கள் சேரர், சோழர், பாண்டியர் ஆகிய மூவேந்தர்கள் ஆவர். இம்மூவரினத்தைச் சார்ந்தவர்களே பண்டு ஆண்டனர். பேரரசர்களாக இம்முடிமன்னர்கள் சிறப்புடன் ஆண்ட அக்காலத்-தில், ஏனைய குறுநிலப்பகுதிகளை சிற்றரசர்கள் ஆண்டனர். மூவேந்தர்களுக்குமு-

ரிய பூக்களை இலக்கண, இலக்கிய நூல்கள் சுட்டியுள்ளன.

"சீர்சால் போந்தை வேம்பொ டாரே..." - (பு.வெ.மாலை)

" போந்தை வேம்பே ஆர் என வருஉம்

மாபெரும் தானையர் மலைந்த பூவும்" - (தொல்.)

"கருஞ்சினை

வேம்பும் ஆரும் போந்தையும் மூன்றும்

மலைந்த சென்னியர் அணிந்த வில்லர்" - (புறம்.)

சேரர் - பனம்பூவையும், சோழர் - ஆத்திப்பூவையும்,பாண்டியர் - வேப்பம்பூ-வையும் சூடுவர் என்ற செய்தியைப் புறப்பொருள் வெண்பாமாலை, தொல்காப்பி-யம், புறநானூறு ஆகிய நூல்கள் சுட்டியுள்ளன.

போர்ப்பூக்கள்

வெட்சி நிரைகவர்தல்,மீட்டல் கரந்தையாம்,

வட்கார்மேற் செல்வது வஞ்சியாம் - உட்கா(து)

எதிரூன்றல் காஞ்சி, எயில்காத்தல் நொச்சி,

அதுவளைத்த லாகும் உழிஞை, - அதிரப்

பொருவது தும்பையாம், போர்க்களத்து மிக்கோர்

செருவென் றதுவாகை யாம். - (பு.வெ.மா.மேற்கோள்)

வெட்சி, கரந்தை, வஞ்சி, காஞ்சி, நொச்சி, தும்பை, வாகை ஆகிய பூக்களை போர்ப்பூக்கள் என்று குறிப்பிடலாம். இப்பூக்கள் முறையே நிரை கவர்தல், நிரை மீட்டல், மண்ணாசை காரணமாகப் போருக்குச் செல்லல், மதில்காத்தல், மதிலைச் சுற்றி வளைத்தல், அதிரப் பொருதல், வெற்றி பெறுதல் ஆகியவற்றின் அடையா-எங்களாக விளங்கின.

சிற்றரசர் போரிடும் காலத்தில் தத்தமது பேரரசர் பூவையே, அடையாளப் பூவாகச் சூடிக் கொண்டு போரிடுவர். அக்காலத்தில் ஆண்களும் பெண்களைப் போலவே முடிவளர்த்துக் கொள்ளுதல் இயல்பாக இருந்தது. பூக்கள் குளிர்ச்சிய-ளிப்பவை,மேலும் போர்க்களத்தில் ஈடுபடும் வீரர்களுக்கு கோபத்தின் காரணமாக வெம்மை தோன்றும். அதனைத் தணிப்பதற்காகவும் வீரர்கள் பூச்சூடியிருக்கலாம் எனக் கருத இடமுண்டு.

தும்பைப்பூவின்தனிச்சிறப்பு

வீரத்தை நிலைநாட்டும் போர்க்களத்தில் பூ மலைந்து போரிடுவது இயல்பு. எனினும் மற்ற பூக்களுக்கு இல்லாத தனிச்சிறப்பினை தும்பைப்பூ பெற்றுள்ளது. ஏனெனில் மற்ற போர்களில் பயன்படும் பூக்கள் ஏதேனும் ஓர் ஆசையைக் காரணமாகக் கொண்டே அணியப்படுகின்றன. தும்பைப் பூச்சூடி மேற்கொள்ளும் போர், வலிமையைப் புலப்படுத்தும் நோக்கோடு செய்யப்படுவதாகப் பெரும்பான்மை அமைகின்றது. ~அதிரப் பொருவது தும்பை' என்ற கருத்தே மேற்கூறிய கூற்றுக்கு

வளம் சேர்க்கும்.

தும்பைப்பூ மலைந்ததற்கான காரணம் குறித்துப் புலவர் கோவிந்தன். "மறங்க-ருதிய போர் புகழாசையினை அடிப்படையாகக் கொண்டது. புகழுக்கு வெண்மை நிறம் கற்பிப்பர். அதனால் தூய வெண்ணிறம் உடையதான தும்பை மலர், புகழ் காரணமாகப் போரிடப் போகும் வீரர்கள் அணியும் பூவாதல் பொருத்தமே என்க. மேலும் தும்பைச்செடி வன்னிலத்துச் செடியாகும். மறங்கருதிய போர் வேட்கை, உரம்மிக்க உள்ளத்தில் மட்டுமே உருவாகும்." என்று குறிப்பிட்டுள்ளார். தும்பைப்-பூவானது எதிர்ப் படையினருக்குத் துன்பத்தைத் தருவதாக அமையும் நிலை ஒப்-புநோக்கத்தக்கது ஆகும்.

வெள்ளுடை தமிழரின் பண்பாட்டில் தவிர்க்க முடியாத நிலையினைப் பெற்ற-தற்கு மேற்கண்ட மரபும் காரணமாக அமைந்திருக்கலாம். தும்பைப்பூ குறித்த செய்-திகள் இலக்கியங்களில் இடம் பெற்றுள்ளன.

"வாடத்தும்பை வயவர் பெருமகன்" - (பத்துப்பாட்டு)

"தும்பை மாலை இளமுலை" - (ஐங்குறுநூறு)

"நிலந்தலைக் கொண்ட பொலம்பூந்தும்பை" - (புறம்)

துணிவுடையவனே தும்பைப் பூவைச் சூட முடியும். இன்றைய காலத்தில் பெண்மையின் அடையாளமாக பூ அணிந்து கொள்ளும் மரபு பின்பற்றப்படுகிறது. ஆண், பெண் இருபாலரும் பூக்களை அன்றைய காலத்தில் அணிந்திருந்தனர். எனினும்,போர்க்களத்தில் ஆடவர் பூ அணிந்து போரிடுதல் ஆண்மையின் அடை-யாளமாகக் கருதப்பட்டது.

கம்பராமாயணத்தின் இறுதிநிலையாக அமையும் யுத்தகாண்டத்தில் இராமனுக்-கும் இராவணனுக்கும் நடந்த போர் தும்பைப்போராகச் சுட்டப்பட்டுள்ளது. போரில் நடக்கும் நிகழ்வுகள் குறித்து, கம்பன் புறத்திணை என்னும் நூலின் ஆசிரியர் பின்-வருமாறு கூறுகிறார். "முதல்நாள் போருக்கு வரும் இராமனும் இராவணனும் தும்-பைப்பூச்சூடிப் போருக்கு வருகின்றனர். இராமன் மூன்று பூக்கள் சூடியதாகக் கம்பர் கூறுகின்றார். இதனை,

" இளவரிக் கவட்டிலை ஆரொடு ஏர்பெறத்

துளவொடு தும்பையும் சுழியச் சூடினான்"

என்ற பகுதியுணர்த்தும்". சூரியகுலத்தில் தோன்றிய இராமன் ஆத்திப்பூமாலை அணிகின்றான். பிற்காலச் சோழர் காலத்தில் வாழ்ந்த கம்பன், சூரிய குலத்தி-னரான சோழர்களுக்குரிய ஆத்திப்பூவைத் தன் காப்பியத்தலைவனும் சூடியதாகப் பாடுகின்றான். இதில் மூன்று வகைப்பூக்களை இராமன் அணிந்தான் எனக் கம்பர் குறிக்கிறார். 1. ஆத்திப்பூ 2. துளசிமாலை 3. தும்பைப்பூ. இராமன் கடவுளின் அவதாரம் என்பதால் துளசி சூடினான். மேலும் அதிரப்பொருவதற்கு, மைந்து பொருளாகப் போர் செய்வதற்குத் தும்பை மாலையைச் சூடினான். மேற்கண்ட

பாடலில் 1. அடையாளப்பூ (ஆத்தி) 2. சமயப்பூ (துளசி) 3. போர்ப்பூ (தும்பை) சுட்டப்பட்டுள்ளது. இதன்வழி போர் என்றாலே சிறந்த மறவுணர்வைப் புலப்படுத்தும் தும்பைப்போரே எனத் தெரிகிறது.

தும்பைப்பூவின்மருத்துவகுணங்கள்

இலபிட்டாய் குடும்பத்தைச் சார்ந்த ~லூக்காஸ் ஆஸ்பெரா' எனும் செடி தமிழில் தும்பை என்றும் மலையாளத்தில் தும்பாய் என்றும் தெலுங்கில் தும்ம-செட்டு என்றும் குறிக்கப்படுகிறது. வெண்மை நிறமுடைய தும்பைப்பூ இருமல், சளி, இரைப்பையில் ஏற்படும் அழற்சி போன்ற நோய்கள் குணமாகக் காரணியாக அமைகின்றது. ஞாபகசக்தி மேம்பட உறுதுணை புரிகிறது.

வாகைப்பூவின்தனிச்சிறப்பு

போரில் வெற்றிபெற்ற மன்னன் வாகைப்பூச் சூடி மகிழ்வது, வாகைத்திணை ஆகும். வாழ்க்கையின் மேம்பட்ட வெற்றி நிலையைக் குறிப்பது வாகை எனக் கூறுவர்.

" இலை புனை வாகைசூடி. இகல்மலைந்து

அலை கடல்தானை அரசுஅட்டு ஆர்த்தன்று" - (பு.வெ.மா.)

" கூகைக் கோழி வாகைப் பறந்தலைப்

பசும்பூண் பாண்டியன் வினைவல் அதிகன்" - (குறுந்தொகை)

எந்தவொரு போரும் வெற்றி எனும் விழுப்பொருளை அடைய வேண்டும் என்ற நோக்கோடு தான் மேற்கொள்ளப் படுகிறது. வாகை சூடி வருதல், இயலாத சூழலில் வீரமரணம் அடைதல் ஆகிய இலக்குகளை முன்வைத்தே சங்ககாலப் போர்கள் அரங்கேறின.

வாகைப்பூவின்மருத்துவகுணங்கள்

வாகைமரம் தெற்காசியாவைப் பூர்வீகமாகக் கொண்டது. இஃது வீக்கம்,கொப்-புளம் உடைந்து வடிதலுக்கு மருந்தாகப் பயன்படுகிறது. வாகை மரமாக வளரக்கூடியது. நீலநிறமுடையது. உடல் சூட்டினைத் தணிக்கும் இயல்புடையது. இருமல், நுரையீரல் அழற்சி போன்றவற்றிற்கு அருமருந்தாகப் பயன்படுகிறது.

உழிஞைப்பூவின்தனிச்சிறப்பு

உழிஞைப்பூ மாற்றரசன் மதிலை முற்றுகையிடப் போகும் மன்னர், அவர்தம் படையைச் சார்ந்தவர்கள் அணியும் பூவாகக் கருதப்படுகிறது. உழிஞைப்பூ கொடி வகையைச் சார்ந்தது. மரங்களை மூடிக்கொண்டு படரும் தன்மையுடையது. மக்-களை ஆளும் அரசன் போல மரத்தை ஆண்டு கொண்டு படரும் இயல்புடையது.

மண்ணாசை கருதி வஞ்சி சூடி வந்தவன் தோற்றுப்போன சூழலில், தன் நாடு சென்று அரண்மனைக்குள் இருந்து கொண்டு நெடுங்கதவைத் தாழிடுவான். இச்-சூழலில் அவனை வென்ற நாட்டின் அரசன் , தோற்ற அரசனின் நாட்டுக்குள் இரவில் புகுந்து முற்றுகையிடுவான். பின்னர் விடியற்காலையில் போரிடுவான்.

வென்ற மன்னன் முற்றுகையிட்டதன் அடையாளமாக உழிஞைப் பூவைச் சூடியி-
ருப்பான்.

" பொன்புனை உழிஞைவெல் போர்க்குட்டுவ" - (பதிற்றுப்பத்து)

" சிறியிலை உழிஞை தெரியல் சூடி" - (பதிற்றுப்பத்து)

மேற்கூறப்பட்டுள்ள செய்யுளடிகள் உழிஞைப்பூவின் சிறப்புகளைப் பறைசாற்று-
கின்றன.

வேம்பின்தனிச்சிறப்பு

பாண்டியர்களின் அடையாளப்பூவாகச் சுட்டப்படுவது வேம்பு. போர்க்குரிய
மலரைச்சூடும் போது உடன் வேப்பம்பூவையும் சூடிச் செல்வது வழக்கமாக இருந்-
தது. எங்கும் பரவலாகக் காணப்படும் மரமாக வேம்பு விளங்குகிறது.

" அரவாய் வேம்பின் அங்குழைத் தெரியலும்

ஒங்கிருஞ் சென்னி மேம்பட மிலைந்த" - (பொருநராற்றுப்படை)

" வேம்பின் வெறிகொள் பாசிலை நீலமொடு சூடி" - (அகநானூறு)

ஆகிய அடிகள் வேம்பின் உயர்வை எடுத்துரைக்கின்றன.

வேம்பின்மருத்துவகுணங்கள்

வேப்பம்பட்டை விட்டுவிட்டு வருகிற காய்ச்சலுக்கு உதவுகிறது. இரத்தத்தைச்
சுத்திகரிக்கும் குணமிருப்பதால் குஷ்ட நோய்க்கு மருந்தாகப் பயன்படுகிறது. வேம்-
பின் இளந்தளிரை உப்பும் மிளகும் கலந்து அரைத்து உண்ணும் போது வயிற்றுள்
இருக்கும் பூச்சித் தொந்தரவு நீங்;கும். வேப்பிலைச்சாறுடன் தேன் கலந்து உண்-
ணும்போது காமாலை நோய் நீங்கும். வேப்பம் பூ வாந்தி, ஏப்பம், பித்தம் ஆகிய-
வற்றைப் போக்கும் தன்மையுடையது. வேப்பம்பழத்தின் சாறு சரும வியாதிகளுக்கு
நன்மருந்தாகப் பயன்படுகிறது.

முடிவுரை

பூக்கள் மனித வாழ்வின் பண்பாட்டுக் கூறுகளில் பின்னிப் பிணைந்துள்ளன.
மலரும் மணமும் பிரிக்க முடியாததைப் போல மனித மனமும் மலரின் மணமும்
இணைந்துள்ள நிலை புலனாகிறது. இயற்கையின் உன்னதப் படைப்பான மலர்கள்
போருடனும் மருத்துவத்துடனும் நெருங்கிய தொடர்புடையதாகத் திகழ்கின்ற
பான்மை போற்றுதற்குரியது.

உசாத்துணைநூல்கள்

1. தொல்காப்பியம் - தமிழண்ணல் உரை

2. புறப்பொருள் வெண்பா மாலை - பொ.வே. சோமசுந்தரனார் உரை

3. பத்துப்பாட்டு - ஞா.மாணிக்கவாசகன் உரை

4. கம்பன் புறத்திணை - தே. சொக்கலிங்கம்

5. எட்டுத்தொகை - மூலமும் உரையும் - ச. வே. சுப்பிரமணியன் உரை

6. பண்டைத் தமிழர் போர்நெறி - கா. கோவிந்தன்

2

மீமெய்ம்மையியல் (*Surrealism*) நோக்கில் குறுந்தொகை

இலக்கியமென்பது மனித வாழ்க்கையின் எண்ணங்களை வெளிப்படுத்துவதற்குரிய கருவாகத் திகழ்கின்றது; மனித மனங்களின் அடிமனதில் ஒளிந்திருக்கக் கூடிய சுய விருப்பு வெறுப்புகளை வெளிச்சம் போட்டுக் காட்டுவதாக விளங்குகின்றது. மனிதனின் மனம் ஏதேனும் ஒரு பாதிப்புக்கு உள்ளாகும்போதுதான் உண்மையான ஆழ்மனக்கருத்து பேச்சுமொழி வாயிலாகவோ, உடல்மொழி வாயிலாகவோ தெள;ிதின் உணர்த்தப்படும். அவ்வகையில் ஆழ்மனதில் புதைந்து கிடப்பதை வெளிப்படுத்தும் மீமெய்ம்மையியல் (Surrealism) இயக்கம் பத்தொன்பதாம் நூற்-றாண்டின் தொடக்கத்தில் பிரான்சு நாட்டில் தோன்றியது. இருப்பினும் மீமெய்ம்மை-யியலுக்கான கூறுகள் நந்தமிழ் இலக்கியங்களில் பரவலாகக் காணப்படுகின்றன. இக்கூறுகள் அமைந்துள்ள குறுந்தொகைப்பாடல்கள் சிலவற்றை ஆராய்வதாக இக்கட்டுரை அமைகின்றது.

மீமெய்ம்மையியல் (Surrealism)

Surrealism — சர்ரியலிசம் எனக் குறிப்பிடப்படும் சொல் தமிழில் மீமெய்ம்-மையியல், மிகை நடப்பியல், மிகை மெய்யியல், மீ நடப்பியல், அடிமன இயல்பி-யல் என அறிஞர் பெருமக்களால் அழைக்கப்படுகின்றது. அகத்தில் இருக்கக்கூடிய எண்ணங்கள் உணர்வுக்கு ஆட்பட்டே புறத்தில் புலப்படுகின்றன. அதுவே படைப்-பாக வெளிப்படுகிறது. ஆயினும், உள்மனம் எவ்வகை பாதிப்புக்கு உட்பட்டதோ அதை எவ்வித மாறுதலுக்கும் உட்படுத்தாமல் உள்ளதை உள்ளவாறு வெளிப்ப-

டுத்துதல் நிலை மீமெய்ம்மையியல் எனப்படுகிறது.

பிரான்சு நாட்டைச் சார்ந்த ஆன்றி பிரெட்டன் (Andreebriton) என்பவர், " பேசும் அல்லது எழுதும் மொழியாலோ, அல்லது வேறு வகையாலோ உள்ளத்-தின் அடித்தளத்தில் இயல்பாக ஊற்றெடுத்துப் பொங்கிவரும் சிந்தனை அல்லது உணர்ச்சிக்கோவையினை ஒளிவுமறைவின்றி உள்ளத்தில் எழுந்த வண்ணமே வடித்துக்காட்டுவது 'சர்ரியலிசம்' " (இலக்கிய இயக்கங்களும் திறனாய்வும் - சு. பாலச்சந்திரன் - ப. 53) என்கிறார். மனதில் உள்ளதை முகம் காட்டிக்கொடுத்து-விடுவதை 'சர்ரியலிசம்' எனக் கூறினும் சாலப் பொருந்தும். மீமெய்ம்மையியலை,

1. பேச்சுமொழியால் விளக்குதல்

2. உடல்மொழியால் உணர்த்துதல்

என்ற இரண்டு பிரிவுகளின் வழி சான்றுகள் மூலம் ஆராய்ந்து காட்டலாம். மனம் சொன்ன வழியில் செயல்படுதலே சர்ரியலிசத்தின் ஆணிவேராகும். இங்கு அறிவுக்கு வேலையில்லை என்பது சர்ரியலிசவாதிகளின் வாதமாகும்.

பெண்ணின் உணர்வு வெளிப்பாடு

வரைவினைக் காரணமாகக் கொண்டு தலைவன் தலைவியைப் பிரிந்து சென்-றான். தலைவியால் பிரிவுத்துயரைத் தாங்கிக்கொள்ள இயலவி;ல்லை. இச்சூழலில் தோழி, தலைவியை ஆறுதல்படுத்த முயல்கிறாள். முயற்சி பலனளிக்கவி;ல்லை. தலைவி தனக்கு ஏற்பட்ட துன்பம் எப்படிப்பட்டதென்பதை பேச்சுமொழியால் தோழிக்கு விளக்குகிறாள்.

" முட்டு வேன்கொல் தாக்கு வேன்கொல்

ஒரேன் யானுமோர் பெற்றி மேலிட்டு

ஆஅ ஒல்லெனக் கூவு வேன்கொல்

அலமரல் அசைவளி அலைப்பவென்

உயவுநோ யறியாழு துஞ்சும் ஊர்க்கே" - (குறுந்தொகை 28)

சுழன்று வீசக்கூடிய தென்றல்காற்று, தலைவிக்கு காமநோயை அதிகரிக்கச் செய்கிறது. ஊர் மக்கள் கவலையின்றி தூங்குகிறார்கள். இதைத் தலைவியால் தாங்கிக்கொள்ள இயலவில்லை. தான் துன்பப்படும் வேளையில் மக்கள் உறங்-குகிறார்களே! என்ற சினவுணர்வு தலைக்கேறி, உறங்குபவர்களைத் தலையால் முட்டுவேனோ? கோல்கொண்டு அடிப்பேனோ? என்ற மனநிலையை வெளிப்ப-டுத்திவிடுகிறாள். காமமாகிய உணர்வு அதிகரித்த நிலையில் வெளிப்படையாகச் சொல்ல மறுக்கும் கருத்துகளை நாணம் விட்டுக் கூறிவிடுகிறாள்;. காமம் என்ற சொல் அக்காலத்தில் மிகுதியான அன்பின் வெளிப்பாடாக உயர்பொருட்பேறு (Elevaion) என்பதாக விளங்கி, இக்காலத்தில் தீயநோக்கோடு கூடிய காமம் என்பதான இழிபொருட்பேறு (Degradation) எனக் கையாளப்படுகிறது

காமம் என்னும் உணர்வு மனிதன், பறவை, விலங்கு ஆகியவற்றுக்கு இயற்-கையானது. எனினும் மனித சமூகத்தில் தனக்கு ஏற்பட்ட காமமாகிய உணர்வை ஆணே வெளிப்படுத்தத் தகுதியுடையவன் என்பதாக வரையறை செய்யப்பட்டுள்-ளது. பெண் அவ்வுணர்வை வெளிப்படுத்தினால் சமூகத்தின் பழிப்புக்கு ஆளாகி-விடுவாள். அச்சம், மடம், நாணம், பயிர்ப்பு ஆகிய அணிகலன்கள் பெண்ணுக்குப் பாதுகாப்பு எனக் கூறப்பட்டாலும், ஆழ்ந்து நோக்கின் பெண்ணடிமைத்தனத்திற்-கான அடிமைச்சங்கிலி எனக் கருத இடமுண்டு. மேற்கண்ட பாட்டில் தலைவி-யானவள் தன் அடிமன இயல்பினை வெளிப்படையாகச் சொல்லிவிடுகிறாள். தன் துன்பம் அறியாதவர்களும் துன்பம் அனுபவிக்க வேண்டும் என்ற மனநிலை கூற்-றில் வெளிப்பட்டுள்ளது. மேலும் உணர்வை வாய்மொழியாக குறிப்பிடுகிறாளே-யன்றி, செயலில் அவள் காட்டவில்லை என்பதை அறியமுடிகிறது. தான் பேசு-வதைப் பற்றிய சிந்தனையோ, அதனால் ஏற்படும் விளைவுகளையோ அறிவின் துலாக்கோலில் இட்டு அவள் பார்க்கவில்லை. 'ஒருவரறிந்தது உலகறிந்தது' என்ற சொலவடையுண்டு. அதனடிப்படையில் ஊரார்க்கு தன் நிலையைத் தெரிவித்து-விட்டால், அலர் ஏற்பட்டு தலைவனுக்கும் தனக்கும் மணம் நடைபெறும் என்ற எண்ணத்தில் மனம், மொழி, மெய்யால் தலைவி உணர்த்துவதை அறியமுடிகிறது.

தலைவியின் மனம், "உள்மனத்தின் தடையற்ற சுயஇயக்கம்; அஃதாவது, எண்ணங்களின் செயல்முறையைச் சொல்லால், எழுத்தால் அல்லது வேறு முறை-களினால் வெளிப்படுத்துவதற்கு ஏதுவான உள்மனத்தின் தடையற்ற சுயஇயக்கம்" (இலக்கிய இயக்கங்களும் திறனாய்வும் - சு. பாலச்சந்திரன் - ப. 65) என்னும் சர்ரியலிச சிந்தனையோடு பொருந்தியுள்ளது.

மிகையுணர்வின் நிலை

உலகில் தோன்றிய அனைத்து உயிரினங்களுக்கும் உணர்ச்சியுண்டு. தம் உள்-ளத்துள் தோன்றுகின்ற உணர்ச்சியைப் பக்குவப்படுத்தி சரி, தவறு என்று கூறும் மனதிடம் ஆலோசித்துப் பிறகு புலப்படுத்துவது மனித இயல்பாகக் கருதப்படுகின்-றது. அவ்வாறன்றி உணர்வெழுந்த சூழலில் சரி, தவறு என்பதைப் பற்றியெல்லாம் ஆராயாமலும் இடம், பொருள், ஏவல் என்பதையும் உணராமல் தன்னுள் எழுந்த மனவுணர்வை மடைதிறந்த வெள்ளமாய் வெளிப்படுத்தும் அடிமனநிலையுணர்ச்சி விலங்குணர்ச்சியெனச் சொல்லப்படுகிறது. இஃது சர்ரியலிசத்தின் மையக்கருத்தாக அமைகின்றது.

தலைவன் பிரிவால் தலைவி வருந்துவாள் எனக் கருதித் தேற்ற வந்த தோழி-யிடம் தலைவி பேசுவதாக அமைந்த பாடலில் தலைவியின் அடிமனவுணர்வு புலப்பட்டுள்ளதைப் பின்வரும் பாடல் உணர்த்தியுள்ளது.

" கன்றும் உண்ணாது கலத்தினும் படாது

நல்ஆன் தீம்பால் நிலத்துக் காஅங்கு

எனக்கும் ஆகாது என்னைக்கும் உதவாது

பசலை உணீஇயர் வேண்டும்

திதலை அல்குல்என் மாமைக் கவினே" - (குறுந். பா. எ. 27)

பசுவின் பாலானது அதன் கன்றுக்குப் பயன்படவேண்டும்; இல்லையெனில் பாத்திரத்தில் பெறப்பட்டு மற்றவர்களுக்காவது பயன்படவேண்டும். இவ்விரண்டும் அற்ற நிலையில் வெறுமனே நிலத்தில் சிந்தினால் யாருக்கும் பயன்படாமல் வீணாய்ப்போகும். என்ற உவமை வாயிலாக தனக்கோ, தன்னுடைய தலை-வனுக்கோ தன்னுடைய அழகு பயன்படாமல் வீணாகிறது. பசலைநோய் தன்னு-டைய அழகைத் தின்ன எண்ணுகிறது என்ற துயர்நிலையைத் தோழியிடம் கூறு-கிறாள்.

பால் - கன்றுக்குப் பயன்படல் - பாத்திரத்துள் சிந்துதல் - நிலத்தில் சிந்துதல் அழகு — தலைவிக்குப் பயன்படல் - தலைவனுக்குப் பயன்படல் - பசலை உண்ணல்

இப்பாடலில் தலைவியின் எதிர்பார்ப்பு, ' கூழுக்கும் ஆசை; மீசைக்கும் ஆசை' என்பதாகவுள்ளது. ஆனால் பாடலில் யாரேனும் ஒருவருக்குப் பயன்ப-டவேண்டும் என்பது மறைத்துச் சொல்லப்பட்டுள்ளது. பசுவின் பால் கன்றுக்கும் தேவை, பாத்திரத்தில் நிறைந்து பசியுள்ளவர்களுக்கும் பயன்படவேண்டும் என்னும் நோக்கம் கொண்டதாக விளங்குகின்றது. தன்னழகு தனக்கும் தலைவனுக்கும் பயன்படவேண்டும் என்ற மனநிலையின் வெளிப்பாடு. இஃது தலைவியின் காதல் கைம்மிகுந்த காமத்தின் நிலைப்பாடாகும். புலவர் வெள்ளிவீதியார் தன் அடிமன-தில் எழுந்த எண்ணத்தினை தலைவியின் மேல் ஏற்றிக் கூறியிருப்பதாக உரையா-சிரியர் நச்சினார்க்கினியர் ," தம் பெயர் கூறின் புறமாமென்று அஞ்சி வாளாது கூறினார்" (குறுந்தொகை மூலமும் உரையும் - டாக்டர் உ.வே. சாமிநாதையர் - ப .72)எனக் குறிப்பிட்டுள்ளார்.

தலைவியைக் கருவியாகக் கொண்டு தன் அடிமனவுணர்வைப் புலவர் வெள்-ளிவீதியார் வெளிப்படுத்தியதைப் பாடலின் வழி உணரமுடிகிறது. இச்செய்யுள் புல-வர் மனதிற்கு ஒரு வடிகால் எனக் கருத இடமுண்டு. அடக்கி வைக்கப்பட்ட உணர்வுகள் முழுமையாக வெளிப்பட்டிருக்கிறது. வேறு ஒருவருக்கு துயரம் எனத் தன் ஆழ்மனவுணர்வைப் புலவர் புலப்படுத்திவிட்டார். " பக்கத்து இலைக்குப் பாயாசம் கேட்பது" என்ற பழமொழியை புலவரின் பாடல் புலப்படுத்துவதாகத் தோன்றுகிறது.

மறைபொருள் கூறுவேன் என மிரட்டுதல் (Black Mail)

தலைவியைக் காணவும், மணமுடிக்கவும் எத்தகைய வழிமுறைகளை மேற்-கொள்ளலாம் எனத் தலைவன் சிந்திக்கிறான். தலைவிக்கும் தனக்கும் இருந்த களவு வாழ்க்கை தலைவியின் பெற்றோருக்குத் தெரியவே, அவள் இப்பொழுது

இற்செறிப்பில் இருக்கிறாள். தலைவியைப் பெற உற்ற துணையாக இருப்பவள் தோழி ஆவாள். தோழி தன் வேண்டுகோளை ஏற்க வேண்டும் என்பதற்காகத் தலைவனின் கூற்று இரண்டு வகையில் அமைகின்றது.

(அ) மடலேறுதல் எனக் கூறுதல்

(ஆ) களவை வெளிக்கூறுவேன் எனல்

தலைவன் தோழியிடம் தன் வேண்டுகோள் நிறைவேற மடலேறுவேன் எனத் தன் உயிரைப் பொருட்படுத்தாத நிலையில் பேசுவான். மற்றொரு நிலையில் தலை-விக்கும் தனக்கும் இருந்த அகவாழ்வு நிகழ்வுகளை வெளிச்சொல்வேன் என மிரட்டுதல் (Black Mail) போன்றும் பேசுவான். இவ்விருவகையான கூற்றுகளும் தோழியிடமே கூறுவதாக அமைகின்றன.

"பணைத்தோட் குறுமகள் பாவை தைஇயும்
பஞ்சாய்ப் பள்ளம் சூழ்ந்தும் மற்று இவள்
உருத்தெழு வனமுலை ஒளிபெற எழுதிய
தொய்யில் காப்போர் அறிதலும் அறியாய்
முறையுடை அரசன் செங்கோல் அவையத்து
யான்தற் கடவின் யாங்கா வதுகொல்?
பெரிதும் பேதை மன்ற
அளிதோ தானேஇவ் அழுங்கல் ஊரே" - (குறுந்தொகை — 276)

பருத்த தோளை உடைய இளைய பெண்ணுக்கு விளையாடுவதற்காகப் பாவை செய்து கொடுத்தேன். அவளது மார்பு ஒளிபெற தொய்யில் எழுதினேன். இச்-செயல்களை வேறுயாரும் அறியமாட்டார்கள். நீதியை நிலைநாட்டும் சபையில் தலைவியிடம் இதை நான் வினாவினால் நிலைமை என்ன ஆகும்? இந்தப் பரி-தாபமுடைய ஊர் மிக அறியாமை உடையது, இரங்கத்தக்கது. என்கிறான்.

தலைவன் முன்னிலைப் புறமொழியாகத் தோழி அஞ்சும் படி இவற்றைக் கூறு-கின்றான். தலைவன் காதல் உண்மைக்காதலே என்பதைத் தோழி உணர்ந்து, இனியும் மறுத்தால் தன்னாருயிர்த் தோழியாம் தலைவியின் கற்புக்கும் வாழ்வுக்கும் இடையூறு ஏற்படும் என அச்சமுற்று, தலைவன் குறையையேற்று, அவர்கள் காதல் வெற்றிபெற தான் ஒத்துழைப்பதாகவும், மறுநாள் தலைவியைச் சந்திக்க ஏற்பாடு செய்வதாகவும் கூறுவாள் என்பதாகப் பலரால் விளக்கவுரைகள் தரப்-படுகின்றன. எனினும் தலைவனின் நோக்கம் தலைவியை அச்சமுறச் செய்வதோ, இழிவுபடுத்துவதோ இல்லை, தலைவியைத் தான் பெறமுடியாதோ? என்ற அச்-சமே! தலைவனை இவ்வாறு பேச வைக்கிறது எனக் கொண்டாலும் உளவியல் அடிப்படையில் கூறின் தான் மேற்கொண்ட செயலில் ஏற்படும் அச்ச உணர்வே எதிர்ச்;சிந்தனையைத் தோற்றுவிக்கிறது எனக் கூறலாம். " ஒன்றை ஆராய்ந்து வெளிப்படுத்தும் நிலையினின்று மாறி ஒருவன், தன்னுடைய மனதிற்குள்ளே

தானே மேற்கொள்ளும் சுயமான பிரயாணத்தின் போது உணர்ந்தவற்றை அறிவி-யக்கத்தின் பரிசீலனைக்கு உட்படுத்தாமல் தூய்மையாக வெளியிட வேண்டும் அப்-படி வெளியிடுவதே சரியானது உண்மையானது" (சர்ரியலிஸம் - பாலா - ப. 39) என்ற சர்ரியலிஸ மனப்போக்கு தலைவனின் கூற்றில் அமையக் காணலாம். தலைவனின் இக்கூற்று சமூகத்தின் பார்வையில் தவறானது. ஆனால் இதைப் பொருட்படு;த்தாதவனாக தன்னுடைய மனவுணர்வினைத் தலைவன் கூறிவிடுகி-றான். இதனால் விளையப்போகும் பின்விளைவுகளைப் பற்றி யோசிப்பதோ , வருந்துவதோ கிடையாது. மரபு என்ற வரையறையைக் கட்டுடைத்து, தனக்கான தேவைகளைப் பூர்த்தி செய்து கொள்ளும் நிலை சர்ரியலிஸத்தின் அடிப்படையா-கும். இன்றைய காலச்சூழலில் பெண்ணொருத்தியை விரும்பிக் காதலில் ஈடுபட்ட ஒருவன், அப்பெண் தன்னை விரும்பாத நிலையிலும், தன்னை விட்டு விலகி வேறுபாதையில் செல்கிறாள் எனத் தோன்றும் நிலையிலும் கொலை செய்யும் நிலைப்பாட்டை மீமெய்ம்மையியல் போக்காகக் கருதலாம். தன்னுணர்வுத் தேவை முக்கியமானதாக அமைவதைக் காண முடிகிறது.

குப்பைக்கோழி

காமம் என்பது உயிரியற்கை. ஆண், பெண் வேறுபாடு இதற்கில்லை. பாலு-ணர்வுத் தேவைகளை ஆணோ, பெண்ணோ நிறைவேற்றிக் கொள்ள முழுமையான சுதந்திரம் உண்டு. எனினும் சமூகக்கட்டமைப்பில் கற்பு, ஒழுக்கம், காப்பு ஆகிய இலக்கணங்கள் பெண்ணிற்கு மட்டும் வரையறுக்கப்பட்டுள்ளன. தனக்கு ஏற்பட்ட காமமாகிய உணர்வை ஆண் வெளிப்படுத்தி விடுகிறான். இதனை ஆண்மையின் அங்கீகாரமெனச் சமூகம் ஏற்றுக்கொண்டிருக்கிறது. பொதுவாக சமூகம் எனும்போது ஆண், பெண் இருவரும் உள்ளடக்கம். எனினும் ஆணினத்தின் எண்ணமே பெண்ணினத்திற்கானதாக, பெண்கள் ஏற்றுக்கொள்ள வேண்டிய கட்டாயத்திற்கு உட்படுத்தப்பட்ட சமூகத்தின் கருத்தாக வெளிப்படுத்தப்பட்டுள்ளது. ஆணானவன் காமவயப்பட்டு தனக்குப் பிடித்தமான பெண்ணை மணந்து கொள்ள மடலேறும் நிலைக்கு உட்படுவான். ஆணின் இச்செய்கை பெண்ணைக் கட்டாயப்படுத்தி மனதிற்குப் பிடித்தமில்லாத ஒருவனை ஏற்றுக்கொள்ளச் செய்துவிடும். ஆனால், பெண்ணொருத்தி தனக்குப் பிடித்த ஒருவனை மணந்து கொள்ள மடலேறுவதோ, காமத்தை வெளிப்படுத்துவதோ கூடாது எனக் கற்பிதம் செய்யப்பட்டுள்ளது.

" கடலன்ன காமம் உழந்தும் மடலேறாப்

பெண்ணின் பெருந்தக்கது இல்" (திருக்குறள் - 1137)

கடல் போலக் கரையற்ற காமநோய் வருத்தினாலும், பெண்ணானவள் அதைப் பொறுத்துக்கொண்டு ஆற்றியிருப்பாள். இதனால்தான் பெண்பிறப்பு பெருந்தகுதியு-டைய பிறப்பு எனப்போற்றப்படுகின்றது. இவ்வாறு கூறப்படுவதை ஏற்றுக்கொள்ள இயலவில்லை. ஆணுக்கொரு சட்டம், பெண்ணுக்கொரு சட்டம் என்பதாக,

ஆணினத்தின் அடக்குமுறை வெளிப்பாடகக் கருத இடமுண்டு. திருமங்கையாழ்-வார் கண்ணபிரானை நினைத்துப் பெண்ணொருத்தி மடலேறுவதாகப் பாடியுள்ளார் அதுவும் பக்தி நிலையில் ஆணாகிய ஆழ்வார் பெண்மனநிலையில் பாடியதாகவே ஏற்றுக்கொள்ள இயலும். சங்ககாலத்தலைவியர் மேற்கண்ட வரையறையை நன்-கறிவர். எனினும் காமமாகிய நிலையில் தன்னைக் கட்டுப்படுத்தமாட்டவதாளாகிய தலைவியொருத்தி பின்வருமாறு பாடுகிறாள்

" கண்தரவ ந்த காம ஒள்ளெறி

என்புற நலியினும் அவரொடு பேணிச்

சென்றுநாம் முயங்கற் கருங்காட்சியமே

..." - (குறுந்தொகை - 305)

தலைவனைக் கண்டு உண்டாகிய காமமாகிய தீ தன்னுடைய உடலினுள் சென்று எலும்பை வருத்துவதாகத் தெரிவிக்கிறாள். தலைவனைக் கண்டு, பேசிக்-கொண்டிருக்கும் வரை இப்படியொரு நிலை அவளுக்கு ஏற்படவில்லை. தலைவி-யின் களவு வீட்டில் தெரிந்து காவலில் வைக்கப்பட்டுள்ளாள். அப்போது அவளது காமநோயைத் தீர்ப்பதற்குரிய வழிவகை தெரியாத சூழலில் தோழி அறத்தொடு நின்று வரைவுக்குக் காரணமாவாள் என்ற நம்பிக்கையில் தலைவி தன்னுள்ளக்கி-டக்கையை வெளிப்படுத்துகிறாள். மீமெய்ம்மையியல் கோட்பாட்டின் ஒருபடிநிலை-யில் தலைவியின் மனம் காணப்படுகிறது. "இக்கோட்பாடு உளவியல் சார்ந்தது. பிராய்டிசக் கொள்கையோடு மிக நெருங்கிய தொடர்புடையது. வாழ்க்கைப் போக்-கைத் திட்டமிட்டவாறு மிகைப்படுத்திக் காட்டுதலே மீமெய்ம்மை இயலின் பண்பு ஆகும். கட்டுப்பாடற்ற பாலுணர்வை எழுதுவதையும் கூட இக்கோட்பாடு அடிப்-டையாகக் கொண்டது" (பன்முக நோக்கில் தமிழ் இலக்கிய வரலாறு — முனை-வர் கா. வாசுதேவன் - ப. 346) இக்கருத்து தலைவியின் மனநிலையோடு ஒன்-றிப்போவதைக் காட்டுகிறது.

மீமெய்ம்மையியல் அடிமனதின் நிலையை அங்கை நெல்லிக்கனியாய் புலப்ப-டுத்தி விடுகிறதென்பதை பாடல் புலப்படுத்தியுள்ளது. மேற்கண்ட பாடலை எழுதிய புலவர் பாடலின் சிறப்பான வரியினடிப்படையில் குப்பைக்கோழியார் எனச் சுட்டப்-படுகிறார். எனினும் பெண்ணொருத்தி தன் மனத்தாங்கலை வெளிப்படுத்துவதற்காக இவ்வகையில் பாடி, தன் பெயரைக் குறிப்பிடாமல் விட்டிருக்கலாம் என்றெண்ணத் தோன்றுகிறது. பாலுணர்வுத் தேவையை வெளிக்காட்டுவதையே மீமெய்ம்மையியல் குறிப்பிடுவதாகக் கொள்ளலாம்.

முடிவுரை

மனிதன் என்பவன் உணர்ச்சிக்கு ஆட்படுபவன். தன் மனவுணர்வுகளை வெளிப்படுத்த ஏதேனும் ஒன்றை நாடுகிறான். சங்க காலத்தில் பாடிய புலவர்-களி;ன் பாடல்களில் இதனை வெளிப்படையாகக் காணமுடிகிறது. சில உணர்வு-

களை ஆண், பெண் என்ற பேதமின்றி வெளிக்காட்ட முடியும். சில உணர்வுகளை பெண் வெளிப்படத்தக் கூடாது என்ற வரையறைகள் எல்லாக் காலகட்த்திலும் உள்ளன. மீமெய்ம்மையியல் (Surrealism) ஆண், பெண் என்ற பேதமின்றி ஆழ்மனக்கருத்துகளை வெளிக்காட்ட வடிகாலாக விளங்குகிறது. குறுந்தொகையில் உள்ள பாடல்களை ஆழ்ந்து நோக்கும் போது மீமெய்ம்மையியலுக்கான காரணங்களை அறியவும் அதை வெளிப்படுத்தியவர் ஆணா பெண்ணா என உரை முடிந்தாலும் அவர்களின் பெயர்களை நம்மால் அறிய முடியாவண்ணம், புலவர்களின் பாடல்களாகவே வெளிப்பட்டுள்ளதை அறியமுடிகிறது. இவ்வாறு வெளிப்படுத்தாத தன்மையை சங்க இலக்கிய அகப்பாடல்கள், இன்ன பிற அகப்பாடல்கள் அனைத்திலும் அறியமுடிகிறது.

குறிப்புதவி நூல்கள்

1. குறுந்தொகை மூலமும் உரையும் - டாக்டர் உ.வே. சாமிநாதையர்
2. இலக்கிய இயக்கங்களும் திறனாய்வும் - சு. பாலச்சந்திரன்
3. சர்ரியலிஸம் - பாலா
4. திருக்குறள் - மு. வரதராசனார் உரை
5. பன்முக நோக்கில் தமிழ் இலக்கிய வரலாறு — முனைவர் கா. வாசுதேவன்

3

ஊழ்வினை

முன்னுரை

'கல்தோன்றி மண்தோன்றாக் காலத்தே வாளொடு முன்தோன்றி மூத்த குடி' என்ற சிறப்புடைய தமிழ்க்குடியிலே சீர்த்த பண்பாளர்கள் பலர் தோன்றி சிறப்புடை நூல்களை யாத்தனர். தாம் படைத்த நூல்களில் தங்களின் நம்பிக்கைகளையும் பழக்கவழக்கங்களையும் பதித்து பொன்னெனக்காத்தும் விதந்தோதியும் மக்கள் சிறக்க மாட்சிமை காட்டினர். அவ்வகையில் ஊழ்வினை என்ற பழங்கால நம்-பிக்கை மக்கள் மனதில் எவ்விதம் பதிந்திருந்தது என்பதை ஆராய்வதாக இக்கட்-டுரை அமைகிறது.

ஊழ்வினை-விளக்கம்

ஊழ்வினை என்பதை பழவினை எனவும் ஊழ்வினைப்பயன் என்பதைக் கரு-மபலன் எனவும் சான்றோர் பகர்வர். நாம் ஒரு பிறவியில் செய்யும் நன்மைகள் தீமைகள் ஏழுபிறவிகள் எடுப்பினும் பின்தொடரும் என்ற நம்பிக்கை பழந்தமிழர்க-ளிடம் நிலைபெற்றிருந்தது.நன்மை செய்யின் நல்லூழாகவும் தீமை செய்யின் தீயூ-ழாகவும் அமையும் என்பதை இலக்கியக்கண் கொண்டு காணும்போது தெளிதின் புலனாகும்.ஒருவன் வாழ்க்கை நலமுடனோ நலமின்றியோ அமைய அவனுக்கு மனைவியாக வாய்ப்பவளே முதற்காரணமாக அமைகின்றாள். இத்தகு சிறப்புப் பொருந்திய மனைவியை ஊழ்த்துணை என அகராதிகள் சுட்டுகின்றன. ஊழ்-வினை என்பதை விதி என்ற சொல்லாலும் குறிப்பிடும் வழக்கம் உண்டு.

திருக்குறள் காட்டும் ஊழ்வினை

உலகப்பொதுமறை என உலகோர் போற்றும் நீதிநூலாம் திருக்குறளில் வள்ளு-வப்பெருந்தகை அறத்துப்பாலில் ஊழியல் என்ற பகுதியில் ஊழ் என்னும் அதி-காரத்தின் வழி ஊழ்வினை பற்றி விளக்கியுள்ளார். இவ்வதிகாரத்தின் தலைப்பிற்கு தேவநேயப்பாவாணர் பின்வருமாறு விளக்கம் நல்கியுள்ளார். "ஊழாவது பழம்-

பிறப்புக்களிற் செய்யப்பட்ட இருவினைப்பயன் செய்தவனையே செய்த முறைப்-படி சென்றடையும் இயற்கையொழுங்கு.இது முறைப்படி வருவதால் முறையென்றும் ஊழ் என்றும் அவரவர்க்குரிய இன்ப துன்பப்பகுதிகளை வகுப்பதால் பால் என்றும் தெய்வ ஏற்பாடு போலிருப்பதால் தெய்வம் என்றும் பால்வரை தெய்வம் என்றும் பெயர் பெறும்";. மேலும் திருக்குறளின் அறத்துப்பாலில் ஊழியல் என்ற தனி இயலை வகுத்துள்ளமை ஆராயத்தக்கதாகும்;

"பேதைப் படுக்கும் இழவூழ் அறிவகற்றும்

ஆகலூழ் உற்றக் கடை" (குறள்-372)

ஒருவன் தன் செல்வத்தை இழத்தற்குக் காரணமாக தீயூழ் வரும்போது அது அவன் எத்துணைப் பேரறிஞனாயிருந்தாலும் அவனைப் பேதையாக்கும். இதற்கு மாறாக அவனுக்குச் செல்வஞ் சேர்வதற்கேற்ற நல்லூழ் வரும்போது அது அவன் எத்துணைப் பேதையாயிருந்தாலும் அவனைப் பேரறிஞனாக்கும் இத்தகைய சிறப்-பினை நல்கக்கூடியது ஊழ். மேலும் ஊழானது மிகவும் வல்லமை மிக்கது. எத்-துணை முயற்சிகள் மேற்கொண்டு சென்றாலும் ஊழே அங்கு முதன்மையாக இருக்கும் என்பதை வள்ளுவர்

"ஊழிற் பெருவலி யாவுள மற்றொன்று

சூழினுந் தான் முந்துறும்" (குறள்-372)

என்ற குறட்பாவின் வழி ஊழின் வலிமையைப் பறைசான்றுகின்றார்.

ஊக்கமுடையவன் வாழ்க்கையில் ஒருபோதும் தோற்கமாட்டான்.ஊழ் வலியது எனினும் அதை ஒரு பொருட்டாகக் கருதாமல் தான் மேற்கொண்ட செயலின்கண் திடமாக நின்று எத்தகு இடர்பாடு நேரினும் கூர்மதியால் அதனை வெல்வான்.இச்-சிறப்பு மிக்கவனை ஊழால் ஒன்றும் செய்ய இயலாது என்பதை செந்நாப்போதார்

"ஊழையும் உப்பக்கம் காண்பர் உலைவின்றித்

தாழாது உஞற்று பவர்" (குறள்-620)

என்ற அருங்குறள் வழி விளக்கியுள்ளார்.

சிலப்பதிகாரம் காட்டும் ஊழ்வினை

சிலம்பு காட்டும் முப்பெரும் உண்மைகளுள் மூன்றாவதாகச் சொல்லப்படுவது "ஊழ்வினை உருத்து வந்து ஊட்டும்" என்பதாகும். முற்பிறவியில் செய்யும் ஊழ்-வினை மறுபிறவியை அடையினும் பின்வரும் என்பதை சிலப்பதிகாரம் கோவலன் வாழ்க்கை வழி விளக்கியுள்ளது.

கணவனை இழந்த கண்ணகி நீதியளிக்காத மதுரை மாநகர் தீயால் அழியும்படி வேண்ட அவ்வண்ணமே மதுரை அழிந்தது. தனக்கு அநீதியளித்த அந்நகரிலிருந்து செல்ல ஆயத்தமாகி நடக்கத் தொடங்கினாள். அவளைப் பின்தொடர்ந்து மதுரா-பதி என்ற தெய்வம் வந்தது. அத்தெய்வம் கோவலன் இறந்ததற்கான காரணத்தை இயம்பியது.

முற்பிறப்பில் கோவலன் 'வசு' என்னும் மன்னனுக்கு ஏவல் செய்பவனாய் பரதன் என்னும் பெயருடன் இருந்தான். அவன் குற்றமிழைக்காத சங்கமன் என்பவனை அயல்நாட்டில் இருந்து வந்த ஒற்றன் எனக் குற்றம்சாட்டி கைப்பற்றிக்கொண்டு- போய் தன் மன்னனிடம் இல்லாதவற்றைச் சொல்லிக் கொல்வித்தான். மன்னனால் கொலை செய்யப்பட்ட சங்கமன் மனைவி நீலி கதறித்துடித்தாள்

"எம்உறு துயரம் செய்தோர் யாவதும்

தம்உறு துயரம் இற்று ஆகுக என்றே

விழுவோள் இட்ட வழுஉஇல் சாபம்" (சிலம்பு.கட்டுரைகாதை 167-169)

எமக்கு இத்துயரத்தைச் செய்தவர் எவ்வகையிலும் இதேபோன்று துயரத்தை அடைவாராக என்று சாபமிட்டு மலையிலிருந்து விழுந்து இறந்தாள். அஃதே கோவலன் இறக்கக் காரணம் என்ற ஊழ்வினை நிகழ்வைத் தெரிவித்தது. ஊழின் வழி பிறர்க்குத் தீங்கு நம்மை அடைவது திண்ணம் என்ற கருத்து விளக்கப்பட்- டுள்ளது.

பாண்டிய மன்னன் தம் மனைவியின் சிலம்புகளுள் ஒன்று காணாமல் போன- தைச் செவியுற்றான். இச்சூழலில் மிகுதியான கோபம் அடைந்தான். கோவலன் சிலம்பைத் திருடினான் எனக் கேட்டவுடன் ஆராயாமல் சிலம்பைத்திருடிய கள்- வனைக் கொன்று அச்சிலம்பினைக் கொண்டு வருக எனக் காவலரிடம் கூறினான். இந்நிலை ஏற்பட ஊழ்வினை காரணம் என்பதைப் பாடலடிகள் சுட்டுகின்றன.

"வினைவிளை காலம் ஆதலின் யாவதும்

சினைஅலர் வேம்பன் தேரான் ஆகி

ஊர்காப் பாளரைக் கூவி ஈங்குஎன்

தாழ்பூங் கோதை தன்கால் சிலம்பு

கன்றிய கள்வன் கையது ஆகில்

கொன்றச் சிலம்பு கொணர்க ஈங்குஎன" (சிலம்பு. கொலைக்களக் காதை 148-153)

மேற்குறிப்பிடப்பட்டுள்ள பாடலின் முதல் அடியின் கருத்து ஊழ்வினையான தீவினையானது தோன்றி, அதன் பயனை ஊட்டுவிக்கும் காலம் ஆதலால் மன்- னன் இவ்விதம் நடந்து கொண்டான் எனக் கூறி கோவலனின் ஊழ்வினை நிகழ்வை விளக்கியுள்ளது

நீதிநெறிவிளக்கம் காட்டும் ஊழ்வினை

மனிதன் அகக்கண் கொண்டு உலகைக் காண்பதற்கு கல்வியே காரணமாக அமைகின்றது. கற்க வேண்டிய நூல்களைக் கற்பதற்கு நல்லூழ் இன்றியமையாதது. அவ்வூழ் அடையாதவர்கள் அடையும் இன்னலை நீதிநெறிவிளக்கம் சுட்டியுள்ளது.

" கற்பன ஊழ் அற்றார் கல்விக் கழகத்து ஆங்கு

ஒற்கம் இன்று ஊத்தைவாய் அங்காத்தல் மற்றுத்தல்

வல்லுரு அஞ்சன்மின் என்பவே மாபறவை

புல்உரு அஞ்சுவ போல்" (நீ.நெ.வி.பா.எ.23)

நூல்களைக் கற்க நல்லூழ் இல்லாதவர்கள் கல்வி அறிவு மிக்கவர் நிறைந்த அவையில் பேசுதலானது தீமையைத்தரும் என்பதைப் பாடல் வெளிப்படுத்தியுள்-எது.

கம்பர் பாட்டில் ஊழ்வினை

கம்பரின் மகனான அம்பிகாபதியும் மன்னன் மகளான அமராவதியும் காதல் கொண்டனர். இதனை அறிந்த மன்னன் சூழ்ச்சியால் இக்காதலை முறியடிக்க எண்ணினான். புலமைப்போட்டியில் வெல்பவர்க்கு அவர்கள் வேண்டியதை அளிப்-பதாகவும் தோற்றவர் மரணத்தைத் தழுவவேண்டும்; எனவும் மன்னன் கட்ட-ளையிட்டான். அம்பிகாபதியிடம் பேரின்பத்தைப்பற்றி நூறுசெய்யுட்களைப் பாடச்-சொன்னான் மன்னன். உடன்பட்ட அம்பிகாபதி 99 செய்யுட்களைப் பாடிவிட்-டான். அச்சூழலில் அமராவதி எதிர்வர சிற்றின்பப் பாடலொன்றைப் பாடினான். இதனால் மன்னனின் தண்டனைக்கு ஆளாக நேரிட்டது. தன் மகனுக்கு இத்துயர் ஏற்பட்டதைப் பார்த்துப் பின்வருமாறு பாடினார் கம்பர்.

" இந்நாள் இதுவிளையும் என்றெழுத்துத் தானிருக்க

என்னாலே யாவதொன்றும் இல்லையே-உன்னாலே

வந்ததுதான் அப்பா மகனே தவிர்ப்பவரார்

முந்தையின் செய்தவினை யே" (கம்பன்-தனிப்பாடல்)

இந்தநாளிலே இதுதான் நினக்கு வந்து ஏற்படும் என்கின்ற நின் தலையெழுத்து இருக்கின்ற பொழுது என்னாலே அதனைத் தடுப்பதற்கு இயலாது. மகனே எல்-லாம் உன்னாலே வந்தது. முன் பிறவியில் நீ செய்த வினையின் பயன்தான். அதன் விளைவினைத் தடுப்பதற்கு ஆற்றலுடையவர்தாம் யார் என மகனிடம் பேசும் பாடலில் ஊழ்வினை குறித்துப் பேசப்பட்டுள்ளது. விதியை மதியால் வெல்-லலாம் எனினும் விதி வலியது என்ற கருத்து இங்கு நிலைநாட்டப்பட்டுள்ளது.

நம்பியகப்பொருள் காட்டும் ஊழ்வினை

சங்ககால மக்களின் அகவாழ்வினைப் பறைசாற்றும் அகப்பொருள் இலக்க-ணநூல் நம்பியகப்பொருளாகும். இதன்கண் ஊழ்வினை குறித்த செய்தி புலப்பட்-டுள்ளது. தலைவன் தலைவியிடம் கூடல் நிகழ்ந்தபின் இவன் கைவிடாதிருக்க வேண்டுமே என்ற அச்சம் தோன்றும். அப்பொழுது தலைவன் பிரியேன் பிரியின் உயிர்தரியேன் என்றும் கடைசிவரை காப்பாற்றுவேன் என்றும் வற்புறுத்திக்கூறி அவ்விடம் விட்டுப் பிரிவான். இந்நிகழ்வு வன்புறை எனப்படும். இவ்விதம் தலை-வியைத் தலைவன் ஆற்றி வற்புறுத்தும் வன்புறை என்ற பகுதியில் தலைவன் கூற்றாக ஊழ்வினை குறிப்பிடப்பட்டுள்ளது.

"அணிந்துழி நாணியது உணர்ந்து தெளிவித்தலும்

பெருநயப்பு உரைத்தலும் தெய்வத்திறம் பேசலும்
பிரியேன் என்றலும் பிரிந்துவருகு என்றலும்
•••.." (நம்பி.129)

தலைவியது அச்சம், ஐயம், பிரிவுநேருமோ எனும் கவலை இவற்றைத் தீர்க்கத் தலைவன் வற்புறுத்தி உரைக்கும் வன்புறையில் தெய்வத்திறம் பேசல் என்ற தொடர் ஊழ்வினையுடன் தொடர்புடையதாகும். .இதனை தமிழ்இலக்கணப்பேரக-ராதி 'ஊழ்வினை வலித்தல்' எனக் குறிப்பிட்டுள்ளது.

விதியின் வசத்தால் முன்வினைப்பயனால் தெய்வம் நம்மைக்கூட்டுவித்ததென்று தலைவியிடம் தலைவன் கூறினான்

"மன்னிய பார்புகழ் வாணன்தென் மாறையின் மாந்தளிர்போல்
மின்னிய மாமை விளர்ப்பது என்னே விதி கூட்டநம்மிற்
பின்னிய காதல் பிரிப்பவர் யார்இனிப் பேரருவி
இன்னிய மாகஇளமயி லாடும் இரும்பொழிற்கே"

தலைவன் தலைவியைத் தேற்றும் விதமாக உன் அழகு வெளிறுவது ஏன், விதி கூட்ட நாம் கூடினோம் என்றும் நாம் இணைந்து வாழ்வோம் என்று தலை-வன் தெய்வம் துணை எனப் பேசுவதாக மேற்கூறிய பாடல் அமைந்துள்ளது.

முடிவுரை

பண்டைக்கால மக்களின் வாழ்க்கைக் கூறுகளில் ஊழ்வினை என்ற நம்-பிக்கைக்கூறு முதன்மையானதாகக் கருதப்பட்டது. நாம் செய்யும் நன்மைக்கும் தீமைக்கும் பின் விளைவுகள் உண்டு என்பதை ஊழ்வினை என்ற பெயரில் கூறி விளக்கும் இலக்கியங்களின் திறம் போற்றுதற்குரியதாகும்.

உசாத்துணை நூல்கள்

1. திருக்குறள் - தேவநேயப்பாவாணர் உரை

2. நீதிநூல்கள் - அ.பு.அறவாழி (உரையாசிரியர்)

3. நம்பியகப்பொருள் - தமிழண்ணல் உரை

4. தமிழ்இலக்கணப்பேரகராதி - தி.வே.கோபாலையர்

5. சிலப்பதிகாரம் - சிலம்பொலி.சு.செல்லப்பன் உரை

6. கம்பன்தனிப்பாடல்கள் - புலியூர்க்கேசிகன் உரை

4

பாரதிதாசன் பாடல்களில் இயற்கை

முன்னுரை

"எங்கெங்கு காணினும் சக்தியடா" என்ற பாடலின் மூலம் மகாகவி பாரதி-யாரால் கவிஞரென அடையாளப்படுத்தப்பட்டவராகத் திகழ்ந்த பாவேந்தர் பாரதி-தாசன், மனிதவாழ்வு இயற்கைத்தாயின் இருகரங்களுக்குள் அடங்கிய பிள்ளை-யின் நிலைப்பாடு என்பதைத் தெள்;ளிதின் உணர்ந்து, இயற்கைப் பாடல்களை இயற்கைப் புனைவுகளோடு வெளிப்படுத்தியுள்ளார். தமிழ்கூறு நல்லுலகிற்கு இயற்-கையளித்த வரப்பிரசாதங்களை தேனினும் இனிய செந்தமிழில் பாடி, மனதோடு மகிழ்ந்து, தெள்;ஞதமிழ்ப்பாக்களால் சுவைத்து, மாந்தரினம் பசியாறப் பாடல்களைப் புனைந்து தந்துள்ள திறத்தினை ஆராய்ந்து புலப்படுத்துவதாக இக்கட்டுரை அமைகின்றது.

இயற்கையே வாழ்க்கை

இவ்வுலகில் வாழும் அனைத்து உயிரினங்களின் வாழ்வும் இயற்கையால் விளைந்தது. பிறப்பு முதலாக இறப்பு ஈறாக அனைத்து நிகழ்வுகளிலும் இயற்கை-யின்றி ஓர் அணுவும் அசையாது என்பதை ஆழ்ந்துநோக்கின் விளங்கும். தமி-ழர் தம் வாழிடங்களை குறிஞ்;சி, முல்லை, மருதம், நெய்தல் என்னும் இயற்கை வகுத்த முறையில் வாழ்க்கையை நெறிப்படுத்தி வாழ்ந்த சூழலைப் பழந்தமிழ் இலக்கண நூலான தொல்காப்பியம் பதிவு செய்துள்ளது.

" மாயோன் மேய காடுறை உலகமும்

சேயோன் மேய மைவரை உலகமும்

வேந்தன் மேய தீம்புனல் உலகமும்

வருணன் மேய பெருமணல் உலகமும்

முல்லை குறிஞ்சி மருதம் நெய்தலளனச்

சொல்லிய முறையாற் சொல்லவும் படுமே" - தொல்காப்பியம்

கருநிறமான திருமால் பொருந்தியிருக்கும் காடு நிறைந்த நிலமும், சிவந்த நிறமுடைய முருகன் பொருந்தியிருக்கும் மேகங்கள் சூழ்ந்த மலைசூழ் நிலமும், வேந்தன் எனப்படும் இந்திரன் பொருந்தியிருக்கும் இனிய நீர்நிலைகள் நிறைந்த நிலமும், வருணன் பொருந்தியிருக்கும் கடல் சார்ந்த பெருமணல் வெளியான நிலமும் ஆகியன நான்கு நிலங்களாக வகுக்கப்பட்டுள்ளன. இவையன்றி பெரும்பொழுது, சிறுபொழுது ஆகியனவும், கருப்பொருள்களாக விளங்கும் மக்களின் தொழில், பொருளாதாரம் அனைத்தும் இயற்கையால் பின்னிப்பிணைந்துள்ளன. இவைபோன்ற காரணங்களால்தான் பாடல்களில் இயற்கை இன்றியமையாத இடத்தினைப் பெற்றுள்ளது என்பதை உணரமுடிகின்றது.

மனிதன் இயற்கையால் விளைந்தவன். ஆதலால், இயற்கையின் குணங்கள் மனிதனிடம் பிரதிபலிக்கின்றன. தாயின் குணம் பிள்ளைக்கு இருப்பதைப் போன்று, இயற்கையின் குணம் மனிதனுக்கு உண்டு. மனிதனின் வன்மை, மென்மை குணங்கள் இயற்கையிடம் உண்டு என்பதை பாரதிதாசன் சுட்டியுள்ளார்

" அண்டங்கள் கோடி கோடி

அனைத்தையும் தன்ன கத்தே

கொண்டலோர் பெரும் புறத்தில்

கூத்திடு கின்ற காற்றே!

· ·

துண்துளி அனிச்சம் பூவும்

நோகாது நுழைந்தும் செல்வாய்" - அழகின் சிரிப்பு

காற்றானது அண்டங்கள் அனைத்திலும் கூத்தாடி மகிழ்கின்றது. ஆவேசம் கொண்ட புயற்காற்றாய் உருவெடுக்கும் போது குன்றுகளைத்; தூள்தூளாகச் செய்து விடுகிறது; மென்மை கொண்ட தென்றல் காற்றாய் மாறும்போது, முகர்ந்தால் வாடிவிடும் அனிச்சம்பூவும் நோகாதபடி செல்கிறதே! எனப் பாடியுள்ளார். காற்றைப் போன்றே மகிழ்ச்சியில் குழந்தைத் தன்மையையும் கோபத்தில் வன்மைக் குணத்தையும் மனிதனோடு பொருத்திக்காண மேற்கண்டபாடல் வழிவகுத்துள்ளது.

ஒருநாடு சிறப்பாக அமையவேண்டுமென்றால், இயற்கை செழிப்பாக அமையவேண்டும். அணி இலக்கணத்தைக் கூறும் தண்டியலங்காரம்; மலை, கடல், நாடு, நகரம், சூரியன், சந்திரன் தொடர்பான வருணைகள் இடம்பெறுதல் பெருங்காப்பிய இலக்கணத்துக்குரிய தகுதிகளில் ஒன்றாகும். இதில் இயற்கை முக்கியமானது எனக் கூறப்பட்டுள்ளது.

" ·

மலைகட னாடு வளநகர் பருவம்

இருசுடர் தோற்றமென் றினையன புனைந்து

...." - தண்டியலங்காரம்

இவ்வகையில் இயற்கையின் நிலைப்பாட்டை அறியலாம்;. பாரதிதாசன் தன் பாடலொன்றில் வெண்ணிலாவின் அழகை இன்தமிழால் இனிதாய் இயம்பியுள்-ளார். பூமிக்குக் குளிர்ச்சியைத் தரும் வெண்ணிலாவின் இயல்புகளை,

" அல்லி மலர்ந்தது வெண்ணிலாவே- நல்ல

அழகு செய்தது நீ வந்ததால்

....

சில்லென் றிருந்தது வெண்ணிலாவே- எம்

செந்தமிழ் நாடு நீ வந்ததால்........." - இளைஞர் இலக்கியம்

என்ற பாடலில் குறித்துள்ளார். இரவுநேரத்தில் நிலவின் வெளிப்பாடு நிகழ்ந்-தவுடன் குளத்தில் இருந்த அல்லி தன்னிதழ் விரித்து அழகு செய்தது; பகலில் வெம்மையைத் தந்த கோடை, இருளில் வெண்மதியின் வருகையினால் குளிர்ச்-சியைத் தந்தது; நிலவின் வருகையால் செந்தமிழ்நாடு சில்லென்றிருக்கிறது என வருணித்துப் பாடியுள்ளார்.

காதலிலும் இயற்கை

கவிஞர்களின் கற்பனை, தன்னை மறந்து ஒரு புதுவுலகத்தில் பயணிக்கும் போது கட்டவிழ்த்து விடப்பட்ட குதிரையைப் போல வேகமெடுத்து ஓடும்; காதல் என்ற உணர்வினில் ஆழ்மனவுணர்வுகள் ஆனந்தத் தாண்டவம் ஆடும். புரட்சிக்-கவிஞர் பாரதிதாசன் காதல் கொண்ட பெண்ணை இயற்கையின் வடிவாகக் காண்-கிறார்.

" கதிரவனை வழியனுப்பிக்

கனிந்த அந்திப்போதில்

....

மதிபோலும் முகமுடையாள்

மலர்போலும் வாயாள்

மந்தநகை காட்டிளனை

'வா' என்று சொன்னாள்" - காதல் நினைவுகள்

பகலெல்லாம் உழைத்த கதிரவன் பணிமுடித்துத் திரும்பும் அந்திப்பொழுதில், காதலிக்காகக் கடற்கரையோரத்தில் தனியாகக் காத்திருந்தான் காதலன். அந்நே-ரத்தில் தன்னுள்ளம் கலந்த காதலியின் நினைவு நெஞ்சுக்குள்ளே ஆட்டமெடுத்து ஆடியது; அவளின் முகமோ நிலவு இதழோ மலர், அப்படிப்பட்ட இதழால் புன்-னகை பூத்து வாவென்று சொன்னாள்.

இயற்கை தன்னை முழுமையாக வரையறுத்துக் கொள்ளாமல், இனம்புரியாத உணர்ச்சித் தூண்டல்களின் புதையலாக இருக்கும் காரணத்தினால், தன்னில் கவி-

ஞுன் எதை வேண்டுமானாலும் தேர்ந்தெடுத்துக் கொள்வதற்கான வாய்ப்பினை நல்-குகிறது. மேலும் இயற்கையென்பது ஒருவர் முயற்சியும் இன்றி தானாக உரு-வாவது. அதைப்போலவே காதலும் தானாக உருவாவது. அதனால்தான் காதல் உணர்ச்சியிலும் இயற்கை வெளிப்பாடு நிகழ்கிறது என்பதை அறியமுடிகிறது.

இயற்கையைப் பெண்ணாகவும், பெண்ணை இயற்கையாகவும் கவிஞர் பாவித்த தன்மை பாடலின் வழி பெறப்பட்டுள்ளது.

அதிகாலை வேளை

எல்லாவுயிர்களுக்கும் விடிகாலை வேளையே பொழுதின் தொடக்கமாக அமைகின்றது. பொழுது புலர்ந்து, அதிகாலைப் புறப்பாடு தொடங்குவதை சேவல் ஒலியெழுப்பித் தெரிவிக்கும். இன்றைய காலத்தில் அதிகாலையில் துயில்களைந்து எழுவதற்கு விஞ்ஞானத்தின் மூலம் கடிகாரம் முதலிய எவ்வளவோ கண்டுபிடிப்பு-கள் ஏற்பட்டுள்ளன. அக்காலத்தில் சேவல் கூறும் நேரத்தை வைத்தே அதிகாலை நேரத்தைக் கணக்கிடும் வழக்கும் இருந்தது.

" கொக்கோ கோகோ என இனிமையின்

குரல் மிகுத்திடக் கூவல் - செவிக்

குளிர்தரும் அதி காலை என்பதைக்

குறித்திடும் மணிச் சேவல்!" - முல்லைக்காடு

கொக்கரக்கோ என்ற இனிமையான குரலால் சேவல் ஒலியெழுப்புகிறது; காது-களுக்குக் குளிர்ச்சிதரும் அதிகாலை வந்துவிட்டது என்பதை உணர்த்திடும் கடிகா-ரம் போன்றது. ஆதலால்தான் பாரதிதாசன் ' மணிச்சேவல்' எனக் குறித்துள்ளார்.

இயற்கைத் தமிழ்

உலகில் மனிதஇனம் முதன்முதலில் நம்நாட்டில் தோன்றியதென சான்றோர் குறிப்பிட்டுள்ளனர். அதனடிப்படையில் தமிழ்க்குடியே உலகில் மூத்தகுடி என்பதற்-குச் சான்றும் உண்டு.

" கல்தோன்றி மண்தோன்றாக் காலத்தே வாளொடு

முன்தோன்றி மூத்தகுடி" - புறப்பொருள் வெண்பாமாலை

மூத்தகுடியாகிய தமிழ்க்குடியின் தொன்மை மேற்கண்ட சூத்திரத்தின் வழி கூறப்பட்டுள்ளது. கல்,மண், ஆகியவை தோன்றாக் காலத்திற்கு முன்பே தோன்றிய இக்குடியில் பிறந்த மக்கள் பேசிய தமிழ்மொழியும் இயற்கையானது என்ற கருத்தை பாரதிதாசன் பதிவிட்டுள்ளார்.

" இயற்கை அன்னை அருளிய இன்தமிழ்!

அயல்மொழி வேண்டா ஆர்எழில்சேர் தமிழ்

நிறைதமிழ்! இந்நாள் நெடுநிலம் முழுதும்

குறைவில தென்று குறிக்கும் தனித்தமிழ்" - முல்லைக்காடு

தமிழ்மொழி வேறெந்த மொழிகளின் துணையின்றி தனித்து இயங்கல்லது. தானாக இயற்கையன்னையின் மூலம் தோன்றியதாகும். இயற்கையன்னை அருள்கொண்டு அருளிய இன்தமிழாகவும், அயல்மொழி எதுவும் வேண்டாத அழகுத்தமிழாகவும், இவ்வுலகம் முழுவதும் நிறைந்துள்ள நிறைதமிழாகவும், எவ்விதக் குறையுமில்லை என்பதைக் குறிக்கும் தனித்தமிழாகவும் விளங்குகிறது. இதனடிப்படையில் தமிழும் இயற்கையும் ஒப்புமையுடையது என்பது புலனாகிறது.

பாரதிதாசன் தன்னுடைய மற்றொரு பாடலொன்றில்,

" திங்களொடும் செழும்பரிதி தன்னோடும் விண்ணோடும் உடுக்களோடும்

மங்குல்கடல் இவற்றோடு பிறந்த தமிழுடன் பிறந்தோம் நாங்கள்...." - பாரதிதாசன் பாடல்கள்

எனப் பாடியுள்ளார். இவ்வுலகில் நிலவு, சூரியன், வானம், நட்சத்திரம், கடல் ஆகிய இயற்கைகள் பிறந்தபோதே தமிழும் பிறந்துவிட்டது என்பதை மேற்கண்ட பாடலடிகள் குறிப்பிடுகின்றன. இதன்வழி தமிழும் இயற்கையும் ஒன்றே என்ற கருத்து நிலைநாட்டப்பட்டுள்ளது.

முடிவுரை

பாரதிதாசன், தன்னிகரில்லாத் தமிழில் இயற்கையின் அழகை ஒப்பனை செய்து கவித்துவப்படுத்தியுள்ள திறம் சிறப்புடையதாக விளங்குகிறது. இயற்கை மனித வாழ்க்கைக்கு இன்றியமையாதது போன்று பாரதிதாசன் பாடல்களுக்கும் இன்றியமையாதது. "எங்கெங்கு காணினும் சக்தி" என பாரதிதாசன் பாடிய கவிதை, இயற்கையின் சக்தியைக் குறிக்கிறது என்ற கருத்து சிறப்புடன் வெளிப்பட்டுள்ளது.

குறிப்புதவி நூல்கள்

1. தொல்காப்பியம் - தமிழண்ணல் உரை

2. அழகின் சிரிப்பு - பாரதிதாசன்

3. தண்டியலங்காரம் - இராமலிங்கத்தம்பிரான் உரை

4. இளைஞர் இலக்கியம் - பாரதிதாசன்

5. காதல் நினைவுகள் - பாரதிதாசன்

6. புறப்பொருள் வெண்பாமாலை - பொ.வே. சோமசுந்தரனார்

7. முல்லைக்காடு — பாரதிதாசன்

5

உச்சிகாளியம்மன் கோயில் நோன்பு - வழிபாட்டு முறைகள்

முன்னுரை

"கோயில் இல்லா ஊரில் குடியிருக்க வேண்டாம்" என்ற முதுமொழி காலங்-காலமாக நம் தமிழ்ச்சமூகம் கேட்டுணர்ந்ததே ஆகும். மக்களின் வாழ்க்கையில், மரபின் உன்னதம் மாறாமல் பின்பற்றப்படுகின்ற நடைமுறை இறை வழிபாட்டு முறைகளில் இன்றும் காணப்படுகின்றன. அவ்வகையில் கொங்குமண்டலமாகத் திகழும் திருப்பூர் மாவட்டம், உடுமலைப்பேட்டை வட்டத்திற்கு உட்பட்ட பார்த்-தசாரதிபுரம் கிராமத்தில் அருள்பாலிக்கும் அருள்மிகு உச்சிகாளியம்மன் என்ற கிராமதேவதைக்குச் செய்யப்பெறும் திருவிழாக்கால வழிபாட்டு முறைகள் பற்றி ஆராய்ந்து எடுத்துரைப்பதாக இக்கட்டுரை அமையவிருக்கிறது.

உச்சிகாளியம்மன் கோயில் தோற்றம்

பார்த்தசாரதிபுரம் என்ற கிராமம் ஐம்பது ஆண்டுகளுக்கு முன்புதான் உரு-வானது. அதற்கு முன்புவரை அமராவதி வாய்க்காலை ஒட்டிய பகுதியில் தாரா-புரம்புதூர் என்றழைக்கப்பட்ட பகுதியில் நாற்பது குடும்பத்தினர் மட்டும் வாழ்ந்து வந்தனர். அக்கால கட்டத்தில் ஒர் அரசமரத்திற்கு அருகில் உருவமில்லாத ஒரு கல்லினை உச்சிகாளியம்மனாக வைத்து மக்கள் வழிபட்டு வந்தனர். பின்னர் பார்த்தசாரதிபுரம் கிராமம் உருவான பிறகு, அங்கிருந்தோர் அனைவரும் உச்சிகா-ளியம்மனை எடுத்துவந்து கோயில் கட்டி சிலை வைத்து வழிபட்டு வருகின்றனர். இருப்பினும், உருவமில்லாத பழைய தெய்வத்திற்குப் பூசை செய்யப்பட்ட பிறகே,

உருவச்சிலைக்கு பூசை நடைபெற்று வருகின்றது. அம்மனைப் போன்றே விநாய-கர், காவல்தெய்வமாக விளங்கிக் கொண்டிருக்கும் முனியப்பன் ஆகிய தெய்வங்-களுக்கும் சிலை வைக்கப்பட்டு பூசைகள் நடைபெற்று வருகின்றன.

திருவிழா வழிபாட்டு முறைகள்

அருள்மிகு உச்சிகாளியம்மனுக்கு ஒவ்வோர் ஆண்டும் மாசிமாதம் திருவிழா நடைபெறும். வளர்பிறை நாளில் அம்மனுக்கு திருக்கல்யாணம் நடைபெறும். கிரா-மமக்கள் திருவிழா எனக் கூறுவதற்குப் பதிலாக நோன்பு என்றே கூறுகின்-றனர். வளர்பிறை நாளுக்கு முன்புவரும் செவ்வாய்க்கிழமையன்று இரவில் நோன்பு சாட்டப்படும். எட்டுநாள்கள் சாட்டு காளியம்மனுக்கு வழிபாட்டில் உண்டு. இந்த எட்டுநாள்களும் அம்மன் கொலுவீற்றிருப்பாள். கிராமமக்கள் சாட்டு நாள்களில் வெளியூரில் இரவில் தங்குவதோ, அசைவ உணவு சாப்பிடுவதோ கிடையாது. மிகுந்த பயபக்தியுடன் நோன்பின் தொடக்கநாளில் கன்னிப்பெண்கள் முளைப்பா-லிகை இடுவர். முளைப்பாலிகை வளரும் நிலையே குடும்பச் செழிப்புக்கு அடை-யாளமாகக் கருதப்படுகின்றது. கிராமத்தில் 400-க்கும் மேற்பட்ட குடும்பத்தினர் வசித்து வருகின்றனர். கவரநாயுடு, கொங்குவேளாளக்கவுண்டர், காட்டுநாய்க்கர் ஆகிய சமூகத்தினருக்கு உரிய கோயிலாக அம்மன் கோயில் விளங்குகிறது.

நோன்பின் தொடக்கம்

நோன்பினைத் தொடங்குவதற்கு முன்பாக ஊர்ப்பெரியவர்களுள் சிலர் தனியே கூடி ஆலோசனை செய்வர். பின்னர் ஊர்க்கவுண்டர் ஊர்த்தொழிலாளியினை அழைத்து கூட்டம் நடைபெறுவதை தெரிவிக்கச் சொல்வார். தொழிலாளி தப்-பட்டையடித்து மக்களுக்குச் செய்தியைத் தெரிவிப்பார். அன்றிரவு அனைவரும் கோயிலில் கூடுவர். நோன்புக்குச் செய்யப்படும் ஏற்பாடுகள், வரி முதலிய கூறப்-படும். மக்கள் ஒருமித்துப் பேசியவுடன் நோன்பு சாட்டுவதற்கான ஆயத்தப் பணி-கள் மேற்கொள்ளப்படும். அம்மனுக்கு அலங்காரம் செய்யப்பட்டு, கிடாய் வெட்டத் தயாராவர். வழிவழியாக ஒரு குடும்பத்தினர் நோன்புக்கான கிடாயினை நேர்த்-திக் கடனாக வழங்க, கிடாயின் மீது பூசாரி மஞ்சள் நீரைத்தெளித்து துலுக்குக் கேட்பார். கிடாய் தன்மீது தெளிக்கப்பட்ட நீரை, உடலைச் சிலிர்த்து குலுக்கு-வதே துலுக்காகக் கணக்கில் கொள்ளப்படும். முதல் துலுக்கு அம்மனுக்கு உரி-யது. அதன்பின்னர் இரண்டாவது முறை நீர்தெளிக்கப்படும். இத்துலுக்கு மக்க-ளுக்கு உரியது என்பர். இருமுறை துலுக்கு நிகழ்ந்தவுடன், அம்மனுக்கு முன்பு திரை போடப்பட்டு பலியிடும் இடத்தில் கிடாய் வெட்டப்படும். கிடாயின் தலையை வெட்டி அதன்வாயில் கிடாயின் முன்புறக்காலில் வலக்காலை வெட்டியெடுத்துச் செருகுவர். தலைப்பகுதி மண்ணில் புதைக்கப்படும். பிறகு அக்கிடாய் பண்டார இனத்தைச் சார்ந்த பூசாரிக்கு வழங்கப்படும்.

கிடாய் வெட்டும் சடங்கு முடிந்தவுடன் உருமிக்காரர் வரவழைக்கப்படுவார். அம்மனுக்குப் பூசை செய்யப்பட்டு, உருமிக்கும் பூசை நடத்தப்படும். பின்னர் ஊர்க்கவுண்டர் ஏவலின்படி உருமிக்காரர் உருமியடித்து, '' நாடு செழிக்கோணும், நல்ல மழை பெய்யோணும், ஊரு செழிக்கோணும் ,உற்ற மழை பெய்யோ-ணும்•••••••••'' எனச் சொல்லி நோன்பு சாட்டுவார். அன்றிரவு தீப்பந்தத்-தினைப் பிடித்து ஒருவர் முன்செல்ல உருமியடிப்பவர், ஊர் முழுவதும் சுற்றி உருமியடித்து நோன்பினைத் தெரிவிப்பார். அன்றைய நாள் தொடங்கி சிறப்புப் பூசைகள் அம்மனுக்குச் செய்யப்படும். நோன்பு நாள்களான எட்டு நாள்களும் இரவில் கோயிலில் பெண்கள் கும்மியடிப்பா.; வெள்ளிக்கிழமையன்று விநாயகர் பூசை சிறப்பாக நடைபெறும். மக்கள் இறைவனை வணங்கி மகிழ்வர்.

நோன்பின் முக்கியமான நாள்கள்

நோன்பு சாட்டப்பட்டு அடுத்து வரும் செவ்வாய் , புதன், வியாழன், வெள்ளி ஆகிய நாள்கள் முக்கியமான நாள்களாகக் கருதப்படுகின்றன. செவ்வாய்க்கிழ-மையன்று காலையில் ஆண்களுள் நான்கைந்து பேர் சண்டாழுங்கில் வெட்டக் காவியுடையுடுத்து, கட்டுச்சோறு கட்டிக்கொண்டு மலைப்பகுதிக்குச் செல்வர். சிலர் கொடுமுடி, திருமூர்த்திமலை, தேவிகுளம் போன்ற பகுதிகளுக்குச் சென்று புனிதநீர் எடுத்து வருவர். இவர்களைத் தவிர்த்து ஊரிலுள்ள ஏனையோர் தீர்த்தக்குடம் எடுத்துக்கொண்டு கோயிலுக்கு வருவர். பின்னர் நாதஸ்வரம் ,பம்பை, உருமி, உடுக்கை, சண்டமேளம் , தாரை தப்பட்டை முழங்க குடைக்காரர் குடை பிடிக்க, வானவேடிக்கையுடன் கொழுமம் அமராவதி ஆற்றுக்குப் புனிதநீர் எடுக்க நடந்து செல்வர். வெறுங்குடமாகக் கொண்டு செல்லக் கூடாது என்ற நோக்கில் குடத்-தில் அரிசி,சில்லறை நாணயம் ஒன்று, குடத்தின் மீது வைக்க ஒரு தேங்காய் ஆகியவற்றை ஒவ்வொருவரும் கொண்டு செல்வர். ஆற்றுக்குச் சென்று குளித்து-விட்டு, குடங்களில் கொண்டு வந்தவற்றுள் அரிசியை சலவைத்தொழிலாளிக்குக்; கொடுத்துவிடுவர், பின்னர் புனிதநீரைக் குடங்களில் நிரப்பி சலவைத்தொழிலாளி விரிக்கும் துணிமாற்றின் மீது வைப்பர். பிறகு நீரால் நிரப்பப்பட்ட குடத்துள் மஞ்-சள்தூள் இட்டு, குடத்தின் வாய்ப்பகுதியில் மாவிலை செருகி , அதன்மேல் தேங்-காய் வைத்துப் பூவினைக் குடத்தின் கழுத்துப்பகுதியில் கட்டுவர். ஒரு பெரிய தாமிரக்குடத்தில் புனிதநீர் எடுத்து வருவார் பூசாரி. அக்குடம் அம்மனாக அலங்-கரிக்கப்படும். அஃது சக்திக்குடம் என்றழைக்கப்படும். அனைத்துக் குடங்களுக்கும் நடுநாயகமாக சக்திக்குடம் விளங்கும். வானவேடிக்கை முழங்க குடங்கள் எடுக்கப்-படும். முதலில் சக்திக்குடம் பூசாரி எடுத்த பின்னரே மற்ற குடங்கள் எடுக்கப்படும். உருமிக்காரர் , பம்பைக்காரர் அம்மையழைக்கப் பாடுவர். பூசாரி அருள்வந்துஆ-டுவார்.

கிராம மக்கள் கால்நடைப்பயணமாக தீர்த்தக்குடங்களை சுமந்து வருவர். இடைப்பட்ட பகுதிகளில் வசிக்கும் மக்கள் குடகுடமாய் அம்மன் வரும் வழியில் நீருற்றி வழிபடுவர். மக்களுள் சிலர் அருள்கொண்டு ஆடுவர். சிலர் அருள்கொண்டு சாட்டையால் தம்மைத்தாமே அடித்துக் கொள்ளும் சம்பவங்களும் நடைபெறுவதுண்டு. எச்சூழலிலும் சக்திக்குடத்திற்கு முன்னர் மற்ற தீர்த்தக்குடங்கள் முந்திச் செல்லக் கூடாது. இரவில் அனைத்துக் குடங்களும் கோயிலை வந்தடையும். புனித நீர் விநாயகர், அம்மன், முனியப்பன் ஆகிய தெய்வங்களுக்கு ஊற்றப்படும்

ஊர்ப்பெரியவர்கள் ஊர்க்கவுண்டர், கொத்துக்காரக்கவுண்டர் ஆகியோரை அழைத்துவர மேளதாள வாத்தியக்கருவிகளுடன் செல்வர். ஊர்க்கவுண்டர் வீட்டில் அம்மனின் ஆபரணங்கள் தயார் நிலையில் வைக்கப்பட்டிருக்கும். அங்கு வழிபாடு நிகழும். கொத்துக்காரக் கவுண்டரையும் அதே முறையில் அழைத்துக் கோயிலுக்குக் கூட்டி வருவர். இச்சடங்குகளுக்குப் பிறகு ஊர்க்கவுண்டர், கொத்துக்காரக் கவுண்டர் ஆகியோர் விழா நிறைவடையும் வரை தத்தம் வீட்டிற்குச் செல்லக்கூடாது. கோயிலிலேயே தங்கியிருக்க வேண்டும் என்பது நியதியாகக் கடைப்பிடிக்கப்பட்டு வருகிறது.

சண்டாழுங்கில் நடும் சடங்கு

காலையில் சண்டாமூங்கில் கொண்டுவரச் சென்றவர்கள் தங்கள் தோள் மூலம் சுமந்து வருவர். கொண்டுவரப்பட்ட மூங்கில்களுக்குப் பூசைகள் செய்யப்பட்டு கோயிலின் முன்பக்க பகுதியில் நான்கு புறங்களில் பாலூற்றி நடப்படும், மேலும் அறுவடை நாளில் அறுத்த நெற்பயிரை அதன் தாள்களோடு கட்டி தொடர்ச்சியாக சண்டாமூங்கிலில் கட்டுவர். பால்போல் வளம் பொங்க வேண்டும் என்ற நோக்கிலும் மூங்கில்போல் சுற்றம் தழைக்க வாழவேண்டும் என்ற நோக்கிலும் விவசாயம் செழிக்க வேண்டும் என்ற வேண்டுதலோடும் இச்சடங்குகள் செய்யப்படுவதாகக் கொள்ளலாம்.

கும்பம் தாளித்தல் (திருமாங்கல்யம் பூட்டல்)

இரவில் நல்லநேரம் பார்த்து கும்பம் தாளித்தலைக் கண்டு அருள்பெற மக்கள் அனைவரும் கோயிலுக்குச் சற்று தொலைவில் உள்ள கோயில் கிணற்றடிக்குச் செல்வர். அங்கு சலவைத்தொழிலாளியின் துணிமாற்று விரிக்கப்பட்டிருக்கும். அதில் ஊர்மக்கள் அனைவரும் தாங்கள் கொண்டு வந்திருக்கும் தேங்காய் பழங்களுடன் அமர்ந்திருப்பர். மண்ணுடையான் கொடுத்த மண் கலயம் அம்மனாக அலங்கரிக்கப்படும். அலங்கரிப்பதற்கு முன்னர், அக்கலயத்தில் வெட்டிவேர், பன்னீர், முதலிய பலவகையான வாசனைப்பொருட்கள் மண்கலயத்திற்குள் இருக்கும் நீரில் இடப்படும். அச்சமயத்தில் மக்கள் கொடுக்கும் காணிக்கைகளும் அக்குடத்தில் இடப்படும்.

மண்கலயத்திற்குப் புடவை கட்டப்பட்டு அம்மன் முகப்பு, மாலைகள் அணிவிக்-கப்பட்டு அம்மனாக அலங்கரிக்கப்படும். அதன்பிறகு கங்கணம் கட்டும் சடங்கு நடைபெறும். ஊர்க்கவுண்டர், கொத்துக்காரக்கவுண்டர், ஆகியோருக்குக் கங்கணம் கட்டப்படும். இஃது மிகப்பெரிய மரியாதையாகக் கருதப்படுகிறது. பிறகு பூசாரி , "நிகழும் ஹேவிளம்பி வருடம் மாசிமாதம் 17-ஆம் நாள், தாராபுரம்புதூரில் இருக்-கும் உச்சிகாளியம்மனுக்கு திருக்கல்யாணம் நடக்கின்றபடியால், நல்லூாட்டம், நல்வி-ருந்து, பேரூட்டம், பெரும்பொங்கல், சினத்தூவி, மணம்பரப்பி, தென்னம்பாளை, விரிச்சுணத்தி, விசிறி, பஞ்சாமிர்தத்தினுடனே, கவுண்டரு, கொத்துக்காரக்கவுண்டரு, கணக்குப்பிள்ளை, மணியகாரர் இவர்களுடனே, ஆலகோல அறுபத்திநான்கு சாதிகளும் வந்து, பள்ளி, பறை பதினெட்டு சாதிகளுடனே வந்து அம்மையழைக்க வந்திருக்கிறோம், கோயமுத்தூரிலிருக்கும் கோனியம்மனும் எழுந்தருளாடி வருக"என இவ்வாறு ஒவ்வொரு ஊர் தெய்வத்தையும் அழைப்பார். இச்செயல்பாடு ஒருமணி நேரத்திற்கும் மேலாக நடைபெறும். பின்னர் மங்கள வாத்தியங்கள் முழங்க அம்மனாக அலங்கரிக்கப்பட்டிருக்கும் கலயத்திற்கு ஊர்க்கவுண்டர் பொன்-தாலி கட்டுவார். இந்நிகழ்விற்குப் பிறகு மக்கள் கொண்டு வந்த பொருள்கள் அம்மனுக்குப் படைக்கப்படும்.; கும்பம் தாளித்தல் வழிபாட்டில் பங்கேற்கும் திரு-மணமாகாதவர்களுக்கு விரைவில் திருமணம் நடைபெறும், பிள்ளைப்பேறு வாய்க்-காதவர்களுக்கு பிள்ளை கிடைக்கும் என்ற நம்பிக்கை மக்களிடையே உண்டு. அம்மனைக் கோயிலுக்கு எடுத்து வருவதற்கு முன் துலுக்குக் கேட்டு கிடாய் வெட்டப்படும். இக்கிடாய் மண்ணுடையானுக்கு வழங்கப்படும். சிறிது நேரத்தில் அம்மனாக உள்ள கலயத்தைத் தலையில் வைத்து பூசாரி சாமியாடுவாh.; வரும் வழியில் சேவலை வாயில் கடித்து வீசும் நிகழ்வு நடைபெறும். காலை நான்குமணி-யளவில் அம்மன் கோயிலை வந்தடைவார். பிறகு கோயிலில் உள்ள அனைத்து தெய்வங்களுக்கும் அலங்காரம் செய்யப்படும்.

மாவிளக்கு எடுத்தல்

கும்பம் தாளிக்கும் நேரத்தில் வீட்டில் உள்ள சில பெண்கள் பச்சரியால் மாவி-டித்துத் வைத்திருப்பர். மாவினைப் பெரியதாகப் பிடித்து அதில் எண்ணெய் ஊற்றி விளக்கேற்றுவர். காலை ஐந்துமணியிலிருந்து பெண்கள் கோவிலுக்குச் செல்லத் தயார் நிலையில் இருப்பர். மார்கழி மாதத்தில் பாவை நோன்பு மேற்கொள்ளும் பெண்கள் ஒவ்வொரு வீடாகச் செல்வது போல மேளதாளத்துடன் மாவிளக்கு எடுக்கச் செல்வர். முதலில் ஊர்க்கவுண்டர் வீட்டிற்கும், பிறகு கொத்துக்காரக்-வுண்டர் வீட்டிற்கும் செல்வர். பலராகச் சேர்ந்து கோவிலுக்கு வருவர். பின்னர் கோயிலில் வழிபாடு நிகழும் மாவுருண்டையில் ஒன்று கோயிலுக்குக் கொடுக்கப்-படும். முளைப்பாலிகையும் மாவிளக்குடன் கொண்டு வரப்பட்டு கோயிலில் வைக்-கப்படும்

காட்டுநாய்க்கர் இனத்தைச் சேர்ந்தவர்களுக்கு உச்சிகாளியம்மன் நோன்பைத் தவிர எந்த விழாக்களும் கிடையாது. தீபாவளி, பொங்கல் போன்ற விழாக்களை அவர்கள் கொண்டாடுவது கிடையாது. அவ்வின மக்கள் ஊரில் முழுமையாக வசிப்பது வருடத்தில் மூன்று மாத காலங்கள் மட்டுமே ஆகும். கொத்துக்கார நாய்க்கர் என்ற பதவியுடையவருக்கு கோயில் விழாக்களில் முன்னுரிமையளிக்கப்-படும். கவுண்டர் இனத்தைச் சார்ந்தவர்கள் மாவிளக்கு எடுத்தபிறகு, கொத்துக்கார நாய்க்கர் வீட்டிலிருந்து மீண்டும் மாவிளக்குப் புறப்பாடு தொடங்கும். பிறகு அவ்-வினத்தைச் சேர்ந்தவர்களும் மாவிளக்குக் கொண்டு வந்து அம்மனை வழிபட்டுச் செல்வர்.

நேர்த்திக்கடன்கள்

கிடாய் வெட்டுதல், மொட்டையடித்தல், உருவாரம் கொண்டு வருதல், மடிப்-பிச்சையெடுத்தல் போன்ற நேர்த்திக்கடன் வழிபாடுகள் கோயிலில் நிகழும். பின்னர் கோயில் கிணற்றடிப் பகுதியிலிருந்து பூவோடு (தீச்சட்டி) எடுக்கும் நிகழ்வு நடை-பெறும். பூவோடு எடுப்பவர்கள் நோன்பு சாட்டுதல் நிகழ்ந்தது முதலாக விரதத்தி-னைக் கடைப்பிடிப்பர். அலகுபோடுதல் செயல்பாடும், இத்தருணத்தில் நிகழும்.

முனி விரட்டுதல்

புதன்கிழமையன்று இரவில், பன்றிக்குட்டியை குத்தி ஊரின் ஒரு புறத்தில் புதைப்பர். பிறகு கிடாயொன்று வெட்டப்பட்டு, கிடாயின் ஈரல், குடல் எடுக்-கப்படும். இச்சடங்கு நிகழும்போது ஆண்களைத் தவிர யாரும் கோயிலுக்கு வரக்கூடாது. பெண்கள் வீட்டினைத் தாழிட்டுக் கொள்ள வேண்டும். ஊருக்குள் யாரும் நடமாடக் கூடாது. பூசாரி காலில் சலங்கை கட்டிக்கொண்டு, சட்டை-யில்லாமல் காவிவேட்டியணிந்து உடல் முழுவதும் கருப்பு நிறப்பொருளைப் பூசி பார்க்க பயமுறுத்தும்படியான தோற்றத்தில் காட்சியளிப்பார். பூசாரி வாயில் ஆட்-டின் ஈரலைக் கவ்விக் கொண்டு ,கையில் இரத்தம் கலந்த சோற்றினை எடுத்துக்-கொண்டு வித்தியாசமான ஒலியெழுப்புவார். முனி வடிவத்தில் உள்ள பூசாரியைத் தடியைக்கொண்டு விரட்ட இளைஞர்கள் தயாராயிருப்பர். பூசாரி இரத்தம் கலந்த சோற்றினை(பலிச்சோறு) ஊரெங்கும் வானைநோக்கி வீசிக் கொண்டு ஓடுவார். இளைஞர்கள் விரட்டிக் கொண்டு செல்வர். இவ்வாறு செய்தால் தீயசக்திகள் இச்-சோற்றை உண்டுவிட்டு ஊரை விட்டுச்சென்று விடும் என்பர். மேலும் பூசாரியால் வீசப்படும் இச்சோற்றில் ஒரு பருக்கையும் பூமியில் விழுவதில்லை எனக் கூறுவர்.

சப்பரம் எடுத்தல்

வியாழக்கிழமையன்று , அம்மன் திருவீதி உலா வர உற்சவச்சிலை அலங்க-ரிக்கப்படும். சப்பரம் மஞ்சள் நீர் கொண்டு தூய்மைப்படுத்தப்படும். பின்னர் இளை-ஞர்கள் சட்டையணியாமல் காவி(அ) வெள்ளை வேட்டி அணிந்து கொண்டு தங்-கள் தோள் மீது சப்பரம் வைத்து ஆடி வருவர். முதலில் சப்பரம் கோயிலை

வலம்வரும் , ஒரு வீட்டினர் வழிவழியாக பச்சைத் தென்னங்கீற்றால் இளைப்பாறி மண்டபம் அமைப்பர் . அங்கு முதலில் அம்மன் சப்பரம் செல்லும் அதன்பிறகு கும்பம் தாளித்த இடம், வேறொரு சமூகத்தினரின் மாரியம்மன் கோயில் , அதனைத் தொடர்ந்து ஊர்க்கவுண்டர் வீடு, கொத்துக்காரக்கவுண்டர் வீடு என முறைப்படி சப்பரம் கொண்டு செல்லப்படும். இறுதியில் அம்மன் ஊர்த்தொழிலா– ளிகளின் வீட்டிற்குச் செல்லும். சப்பரம் ஒவ்வொருவர் வீட்டில் இறக்கி வைக்– கப்பட்டு வழிபாடு நிகழும் நேரத்தில் மக்கள் தத்தம் வசதிக்கேற்ப சுண்டல்,பான– கம், அவுல்,கடலை போன்றவற்றை சப்பரம் சுமந்து வருபவர்களுக்குக் கொடுப்பர். மேலும் மக்களில் மாமன் முறை உள்ளவர்கள் ஒருவர் மீது ஒருவர் மஞ்சள் நீர் தெளித்து விளையாடுவர். நிறைவாக சப்பரம் கோயிலை அடையும் போது, ஆரத்தி எடுக்கப்பட்டு மங்கலப்பாடல்கள் பாடப்படும்.

வெள்ளிக்கிழமையன்று மறுபூசை அபிசேகத்துடன் செய்யப்படும். வரிக்கேற்றாற் போல் அபிஷேகம் வழங்கப்படும். முடிவாக பெரியவர்கள் ஊர்க்கவுண்டர், கொத்– துக்காரக்கவுண்டரை அவரவர் வீட்டிற்குக் கூட்டிச் சென்று விட்டு வருவர்.

முடிவுரை

நாட்டில் மழை பெய்து, மக்கள் எல்லா வளங்களையும் பெற்று நல்லபடியாக வாழவும், மக்கள் ஒன்றுபட்டு தங்கள் மகிழ்ச்சியைப் பரிமாறிக் கொள்ளவும் உறவு– களைப் பலப்படுத்திக் கொள்ளவும் விழாக்கள் இன்றியமையாததாகிறது. மேலும் மரபு முறைகளும், மக்களின் நம்பிக்கைகளும் விழாக்களின் வாயிலாக உணர்த்– தப்படுவதை அறியமுடிகிறது.

களப்பணியில் உதவியவர்கள்

1. திரு. கோ. கிருஷ்ணசாமி (ஆய்வாளர், நிலஅளவைத்துறை - ஓய்வு)
2. திருமதி கி. பூங்கோதை - இல்லத்தரசி
3. திரு.ப. காளிமுத்து - ஊர்க்கவுண்டர்
4. திரு.ப. சுப்பையகவுண்டர் - கொத்துக்காரக்கவுண்டர்
5. திரு.மு. காளியப்பன் - கொத்துக்கார நாய்க்கர்
6. திருமதி. சு. அங்கம்மாள் - இல்லத்தரசி
7. திருமதி கா. தன்னாசி - இல்லத்தரசி

6

சு. சமுத்திரம் புதினங்களில் சாதிய அரசியலின் உளச்சிக்கல்களும் வர்க்க முரண்பாடுகளும்

சு. சமுத்திரம் தமிழ் இலக்கிய உலகில் தனக்கென தனித்துவமான அடையா-ளத்தைக் கொண்டவர். பல்வேறு காலகட்டங்களில் உடல் ரீதியாகவும், மன ரீதி-யாகவும் பாதிக்கப்பட்டவர்களின் பிரச்சினைகளைக் கையில் எடுத்துக்கொண்டு போராட்டக் களத்தில் தன்னை முழுமையாக ஈடுபடுத்திக் கொண்டு போராடியவர். சமூகத்தில் தானும் தன்னைப் போன்ற பலரும் அனுபவித்த துன்பங்களையும் எதிர் கொண்ட பிரச்சினைகளையும் பொருண்மைகளாகக் கொண்டு புதினங்களில்; கருக்களை உருவாக்கி உருவங்களாக சமூக வீதிகளில் உலவ விட்டவர் எனப் பன்முகப் பரிமாணங்களைக் கொண்டவராக விளங்குகிறார்.சிறுவயதில் அனுபவித்த வறுமையும் அநியாயங்களும் இவரை எழுதத் தூண்டி சோஷலிசவாதியாக உரு-வெடுக்க வைத்தது. முற்போக்குச் சிந்தனை கொண்டு சாதிய அநீதிகளையும் சாமானியர்களின் வறுமையையும் ஆதிக்க வர்க்கத்தின் அடையாளங்களையும், பெண்ணடிமைத்தனத்தையும் வெளிச்சமிட்டுக் காட்டுவதைத் தலைசிறந்த பணியா-கக் கொண்டு காட்சிப்படுத்தியவர்;. புதினங்களில் பிரச்சினைகளைச் சொல்லித்

தீர்வு காட்டுவதினும் மேலாக நிஜ வாழ்க்கையிலும் பல்வேறு போராட்டங்களில் தன்னை முன்னிறுத்திக் கொண்டு சொல்வதை மட்டுமே கடமையாகக் கொண்டு செயல்களில் ஈடுபடாதவர்களைப் போல் இல்லாமல் சொல்வதைச் செய்து காட்டி சமூகத்தினைச் சீர்திருத்த பல்வேறு வழிகளைக் கையாண்டவர். பல விமர்சனங்களை எழுப்பி, பல விமர்சனங்களுக்கு உள்ளானவர். இவரது புதினங்களின் வழி சாதிய அரசியலின் உளச்சிக்கல்களையும் வர்க்க முரண்பாடுகளையும் ஆராய்ந்து விளக்குவதாகக் கட்டுரை அமையவிருக்கிறது.

சு. சமுத்திரத்தின் வாழ்வும் பணியும்

சு. சமுத்திரம் 1941-ஆம் ஆண்டு பிறந்தவர். நெல்லை மாவட்டம் கடையம் பகுதியைச் சேர்ந்தவர். சிறு வயதில் பல்வேறு இன்னல்களுக்கிடையே தன்னுடைய பள்ளிப் படிப்பையும் கல்லூரிப் படிப்பையும் நிறைவு செய்தவர். பொருளியலில் இளங்கலைப் பட்டம் பெற்று பல்வேறு இடங்களில் பணியாற்றி, இறுதியில் அகில இந்திய வானொலி நிலையத்தில் தமிழ் சேவைப்பிரிவிலும் செய்தி வாசிப்புப் பிரிவிலும் பணிபுரிந்தார். பிறர் இரசித்து மகிழ வேண்டும் என்ற நோக்கத்தோடு எழுத்துலகில் பயணிக்காமல் ஒடுக்கப்பட்ட மக்கள் ஓங்கி வளர தம் பங்களிப்பினைப் புதினங்கள், சிறுகதைகளின் வழி மேற்கொண்டார். 15 புதினங்கள், 8 குறும்புதினங்கள், 500 சிறுகதைகள், கட்டுரைத் தொகுப்புகள், நாடகம் ஆகியவற்றைப் படைத்துள்ளார். இவரது படைப்புகள்," மார்க்சிய சிந்தனைக் களஞ்சியங்கள்" எனக் கூறின் சாலப் பொருந்தும். நா.வானமாமலை, க. கைலாசபதி, தி.சு. நடராசன், தோதாத்திரி, தொ.மு.சி. இரகுநாதன், ராஜம் கிருஷ்ணண் போன்ற சிந்தனையாளர்களின் வரிசையில் இடம் பெற்றவர். பல்வேறு இடங்களில் தான் பணியாற்றிய அனுபவங்கள், தான் சந்தித்த மனிதர்கள், தன்னோடு பழகியவர்கள், சமூக அவலங்கள், அடிமட்ட மக்களின் பல்வேறு துன்பங்கள் ஆகியவற்றை முன்னிறுத்திப் படைப்புகளை வெளியிட்டவர். கற்பனைக்கும் ஒப்பனைக்கும் இடம் தராமல் உண்மைக்கு முதலிடம் கொடுத்து எழுதிய சிந்தனைவாதி.

திருநங்கைகளின் பிரச்சினை குறித்த 'வாடாமல்லி', எய்ட்ஸ் நோயாளிகளைப் பற்றிய 'பாலைப்புரா', தேவதாசி முறையைக் களைய வேண்டும் என்ற நோக்கில் 'சாக்கம்மா' போன்ற புரட்சி மிக்க புதினங்களைப் படைத்தவர். இவை மட்டும் அல்லாமல் பிறர் எழுதத் தயங்கும் கருத்துக்களையும் புதியகோணத்தில் புதினமாக்கிக் காட்டியுள்ளார். "என் எழுத்து ஏழ்மையின் வெற்றியாகாது; ஏழைகளின் வெற்றியாக வேண்டும்" என்ற போக்கிலிருந்து இம்மியளவு கூட மாறுபடாமல் செயல்பட்டவர். அரசியலில் நடக்கும் குளறுபடிகளைச் சிறிதும் தயக்கமின்றி ஆணித்தரமாக எடுத்துரைத்தவர். பல்வேறு எதிர்ப்புகளைச் சந்தித்தவர். இருப்பினும் கொள்கைகளிலிருந்து பின்வாங்காத ஒப்பற்ற மனிதர். பெருந்தலைவர் காமராசரிடம் பாராட்டுப் பெற்றவர். வலியவரிடமிருந்து எளியவரை விடுவிப்பதை

நோக்கமாகக் கொண்டவர் எனப் பல அடையாளங்களைக் கொண்டு திகழ்ந்தவர். மொத்தத்தில் இவரை உப்புக்கரிக்கும் தண்ணீரையுடைய சமுத்திரம் போன்று பலரது கண்ணீரை உள்வாங்கிப் பொங்கிய சமுத்திரம் என்று கூறின் சாலப் பொருந்தும். 1974 முதல் எழுதத் தொடங்கியவர். பல விருதுகளையும் பாராட்டு-களையும் பெற்றுள்ளார். இவரின்'வேரில் பழுத்த பலா' என்ற புதினத்திற்கு 1990 ஆம் ஆண்டில் சாகித்திய அகாதமி விருது கிடைத்தது. தஞ்சாவூர் தமிழ்ப்பல்-கலைக் கழகம் 'தமிழன்னை விருது' வழங்கிச் சிறப்பித்துள்ளது. சிறுகதைக்காக 'இலக்கியச் சிந்தனைப் பரிசு' பெற்றுள்ளார். இவரது மறைவுக்குப் பின் கலைஞர் விருது வழங்கப்பட்டுள்ளது. 2003 ஆம் ஆண்டில் சென்னையில் நேர்ந்த சாலை-நேர்ச்சியொன்றில் காலமானார்.

வேரில் பழுத்த பலா

படைப்பாளி எதார்த்த உலகில் தான் கண்ட காட்சிகளைக் கருவாகக் கொண்டு எழுதும் போது படைப்பானது வெற்றி பெறும். ஒப்பனைப் படுத்தாமல் கண்டதைக் காட்சிப் படுத்தும் படைப்பு எழுத்துக்கு மேலும் வலு சேர்க்கும். அவ்வகையில் 'வேரில் பழுத்த பலா' என்ற நாவல் அரசாங்க அலுவலகமொன்றில் நடக்கும் சாதிய அரசியலைத் தோலுரித்துக் காட்டுவதாக அமைகிறது. மேலும் சாதிய அரசியலில் சிக்குண்டு தவிக்கும் பெண்ணொருத்தியின் உள்ளக் குமுறலையும் எதார்த்த உலகில் நின்று புதினம் விளக்குகிறது.

புதினத்தின் தலைமைப் பாத்திரமான சரவணன், முறைப்படி படித்து போட்டித் தேர்வில் தேர்ச்சி பெற்று அதிகாரியானவன். கிராமப் பின்னணியில் வளர்ந்து, படித்து சென்னையில் அரசு அலுவலகங்களுக்கான எழுது பொருட்களைத் தனி-யாரிடமிருந்து கொள்முதல் செய்து அனுப்பி வைக்கும் அலுவலகத்தில் அவனது பணி அமைந்திருந்தது. இப்புதினத்தின் பல்வேறு திருப்புமுனைகள், உரையாடல்-கள் பெரும்பான்மையாக நடக்கும் இடம் இவ்வலுவலகமே ஆகும். அதிகாரி பணி-யில் இருந்தாலும் உடைக்கு முக்கியத்துவம் கொடுக்காதவன். செய்யும் தொழில் கண்ணியமாக இருக்க வேண்டும் என்பதில் மட்டும் மனதைச் செலுத்தியவன். வேலைக்குச் செல்பவர்கள் எதிரே, கணவனை இழந்தவர்கள்முன் வரக்கூடாது என்ற மூடநம்பிக்கையை அறவே வெறுப்பவனாகப் படைக்கப்பட்டுள்ளான். கணவனை இழந்த பெண்ணான தன் அண்ணி எதிரே வந்த போது கண்டித்த தாயிடம் அண்ணிக்கு ஆதரவாகப் பேசுகிறவன். மேலும் அண்ணி தனக்கு மற்-றொரு தாயாக விளங்கி, தன் கல்விக்காக பாடுபட்டதை நினைத்துப் பார்ப்பவன். இதன் வழி செய்ந்நன்றி மறவாப் பண்புடையவனாக சரவணனைக் கருத முடிகிறது. அதிகாரிப் பணியில் இருப்பவர்கள் தாமதமாக அலுவலகத்திற்குச் சென்று வேலை நேரம் முடிவதற்கு முன்பாகவே கிளம்பி விடுவார்கள். ஆனால் சரவணன் இச்செ-யல்பாட்டிலிருந்து முற்றிலும் மாறுபட்டவனாகத் திகழ்ந்தவன்.. சரவணனிடம் நிர்-

வாக அதிகாரி ஒரு முறை,"சார் நீங்க ... கெஜட்டட் ஆபிஸர்... உங்க அந்தஸ்-துல இருக்குற அதிகாரிங்களுக்குக் குறிப்பிட்ட நேரத்துல வரணுமுன்னு ஆபிஸ் விதி கிடையாது... ஆனா நீங்க என்னடான்னா ஆபிஸ் டைமுக்கு முன்னா-லேயே வந்துடறீங்க..." எனச் சொன்ன போது,"கெஜட்டட் ஆபிசருக்கு நேரம் கிடையாதுன்னு ரூல்ஸ்ல சொல்றது எதுக்குன்னா, அவங்க ஆபிஸ் நேரத்துக்கு முன்னாலயும், பின்னாலயும் கூட வேலை பார்க்கணுமுன்னு அர்த்தப் படுத்திக்-கணுமே தவிர, இதுக்கு இடையில், எப்போது வேணுமுன்னாலும் வரலாமுன்னு அர்த்தப் படுத்திக்கக் கூடாது..." எனக் கூறி அதிகாரி பதவிக்கான இலக்கணத்-தினை எடுத்துக் கூறியவன். வெறும் வாய் வார்த்தைக்காக கூறாமல் சொன்னபடி நடந்து காட்டியவனாகக் குறிப்பிடலாம்.

சரவணனின் தாய், தங்கை வசந்தாவிற்குப் பரிந்துரை செய்து வேலை வாங்கிக் கொடுக்கக் கேட்டபோது மறுத்து, குறுக்கு வழியில் வேலை வாங்குவது நிலைக்-காது எனக் கூறியதோடு,"நான், போட்டிப் பரீட்சை எழுதித் தேறி... வேலைக்கு வந்தேன். வேலைக்குன்னு பேனாவைத் தான் தொட்டேன். எவன் காலையும் தொடல... இவளுக்கும் தொடமாட்டேன்" என்கிறான். நேர்மையும் தன்மானமும் ஒருங்கே பெற்றதால் சரவணனின் பதில் இவ்விதம் வெளிப்படுகிறது. உழைப்பினால் கிடைக்கும் வெற்றியே நிரந்தரமானது என்பதை பூரணமாக நம்பியவன். சரவணன் ஒரு முறை வாகனத்தில் அவசரமாகச் சென்று கொண்டிருந்தபோது மஞ்சள் கோட்டைத் தாண்டியதற்காக போக்குவரத்துக் காவலரால் தடுத்து நிறுத்தப்பட்டான். அப்போது அந்தக் காவலர் வாகன ஓட்டிகளிடம் வசை பாடியதையும் கையூட்டுப் பெற்றதையும் கண்டான். "டயரிக் காகிதமோ... அசோக சக்கரம் பொறித்த காகி-தமோ... அசோக சக்கரத்தில் மூன்று சிங்கங்கள் நிற்குதே சிங்கம் விடுமோ... ஜெயித்து விட்டது" எனப் படைப்பாளி சரவணன் கதாப்பாத்திரத்தின் வழி கூறுவது எதார்த்த உலகில் நடப்பதை எள்ளலோடு விமர்சிப்பதாக அமைந்துள்ளது. காவலர் தன்னிடம் வந்து பேசிய போது,"இந்த சரவணன் கேஸ்{க்குப் போவானே தவிர... கேஷ்{க்கு போகமாட்டான்... உம்... எழுதறதை எழுதிட்டு, மெமோ கொடுங்க... எப்போ கோர்ட்டுக்கு வரணுமோ... அப்போ வாரேன்" எனச் சொன்னது அநி-யாயத்திற்கு எதிரான கருத்தாய் வெளிப்படுகிறது. காசு கொடுக்கமுடியாத ஏழை-களைப் பார்த்து காவலர் திட்டியதைப் பார்த்து ,"கோளாறான சமூக அமைப்பில் ஏழைகள் தங்களோட தன்மானத்தை விலையாகக் கொடுத்தால்தான், சுதந்திரத்-தோடு நடமாட முடியும்" என்பதிலிருந்து சமூக அவலங்களை உணரமுடிகிறது.

சரவணன் உயர்பொறுப்பில் பணியாற்றும் அரசு அலுவலகத்தில் சௌரிராஜன், உமா, பத்மா, ராமச்சந்திரன் ஆகிய நான்கு பேரும் அங்கு பணியாற்றும் ஊழி-யர்களை ஆட்டிப் படைக்கிறார்கள். இவர்களின் செயல்பாட்டால் பெரிதும் பாதிக்-கப்பட்டவள் அன்னம். முறைப்படி தேர்வெழுதி வந்தவள். அவள் தகுதிக்குரிய

வேலையைக் கொடுக்காமல் சாதாரண வேலையைக் கொடுத்துத் திட்டி வேலை வாங்குகிறார்கள். எந்நேரமும் அவள் தாழ்த்தப்பட்ட இனத்தில் பிறந்தவள் என்-பதைச் சுட்டிக் காட்டி காலனி பொண்ணு எனச் சொல்லி அவள் திறமையை வெளிக்காட்ட விடாமல் மட்டம் தட்டுகிறவர்கள். மேலும் இதை அறியாத சரவ-ணனிடம் வேலையை அன்னம் சரியாகச் செய்யவில்லை எனச் சொல்லி மெமோ கொடுக்க காரணமாய் இருக்கிறார்கள். தரமற்ற பொருட்களை அலுவலகத்திற்காக வாங்கி காண்ட்ராக்டரிடம் தங்கள் தேவைகளைப் பூர்த்தி செய்து கொள்பவர்கள், அலுவலகத்தில் சரிவர வேலை செய்யாதவர்கள் , காண்ட்ராக்டரிடம் அலுவலக இரகசியங்களைச் சொல்பவர்கள் எனப் பல முகங்கள் கொண்ட வேடதாரிகள். இவர்களின் செயல்பாட்டை வெளிச்சத்திற்குக் கொண்டு வர அன்னத்தின் பங்க-ளிப்பு ஒரிடத்தில் நிகழ்கிறது. அதுவும் வேலை போய்விடும் என்ற சூழலில் தன்-னைத் தற்காத்துக் கொள்ள, அலுவலகத்தில் நடக்கும் சில அநியாயங்களுக்கு தான் காரணமில்லை என்பதை உணர்த்துவதாக அமைகின்றது. சாதி என்பது சதி செய்து பிறர் மனக் கதவைத் திறந்து அவர்களைச் சுட்டெரிக்கும் கொள்ளியாக உணர்த்தப்படுகிறது.

நேர்மையின் வடிவமான சரவணன் உண்மையறிந்து அன்னத்தின் தகுதிக்குரிய வேலையைக் கொடுக்கச் சொன்னபோது, அவள் திறமையற்றவள் எனப் பலவாறு சௌரிராஜனால் கூறப்படுகிறது. அப்போது சரவணன்," ஒங்களுக்கு ஹரிஜனப் பெண்ணுன்னால், ஒன்றும் தெரியாதுன்னு நினைக்கிற சட்டவிரோத சமூக விரோத சிந்தனை." என்கிறான். இதன் வழி சாதியப் போக்குக்கு எதிர்ப்பைக் காட்டுவது புலப்படுகிறது. " பிறப்பொக்கும் எல்லா உயிர்க்கும்" எனக் கூறிய வள்ளுவரின் சிந்தனையைப் படித்தவர்களும் உணராதது வேதனையளிக்கிறது. மேலும்," படித்த ஹரி;ஜனங்களோட திறமை. வெட்டியெடுக்கப்படாத தங்கம் மாதிரி..." என சரவ-ணன் கூறுவது தீண்டாமைக்கு எதிரான முழக்கமாகவும் , தாழ்த்தப்பட்டவர்களின் திறமை வெளிக்கொணரப் படாததையும் பொதுவுடைமைக் கருத்தையும் உணர்த்து-கிறது. மேலும் தானும் ஹரிஜன வகுப்பைச் சேர்ந்தவன் என சரவணன் கூறுவதின் வழி சௌரிராஜன் போன்ற சாதிவெறி கொண்டவர்களுக்கு சரியான சம்மட்டியடி-யான கருத்தாக இஃது விளங்குகிறது.

அன்னத்தை ஒரு நாள் மாலை ஏழு மணி வரைக்கும் இருக்கமுடியுமா என சரவணன் கேட்டதை அறிந்த உமா, " இருக்கியான்னு கேட்டால், நீ படுக்கிறேன்னு சொல்லிஇருப்பே" எனக் கேட்டது அவளை உளவியல் ரீதியாக புண்படுத்துவதாக அமைகிறது. மேலும் இஃது சொல்லம்பாய் மனதை ரணமாக்-குகிறது. சாதியும் பெண்மையும் சேர்ந்து சமூக அநீதியை அன்னத்திற்குக் காட்டு-கிறது. "பாவம் காலனிப் பொண்ணுனு பார்த்தா..." எனச் சொல்லிச் சொல்லியே அவளின் திறமை முடக்கப்படுகிறது. ஒரு சமயம் அலுவலக வேலையைச் சொல்-

லித் தரும்படி உடன் பணியாற்றும் ஒருவனிடம் அன்னம் கேட்ட போது, அவன் அவ்வளவு பகிரங்கமாகவா கற்றுக் கொடுக்க முடியும் எனச் சொல்லி பெண்மைக்கு இன்னல் இழைப்பதை அறியமுடிகிறது. இஃது பணியாற்றும் இடத்தில் பெண்க-ளுக்கு இழைக்கப்படும் அநீதி. மேலும் சுயநலக் கூட்டம் தன்னைத் தற்காத்துக் கொள்ளவும் மற்றவர்களை மட்டம் தட்டவும் சாதியை ஆயுதமாகக் கொண்டிருப்-பதைப் புதினம் உணர்த்துகிறது.

அரசு விதிமுறைகளை மீறிச் செயல்பட்டவர்களைக் கண்டித்த போது, அஃது சரவணனுக்கு எதிரானதாக அமைகிறது. காண்ட்ராக்டர் மூலமாக நேர்மையின் உருவமான சரவணன் மீது மேலிடத்திற்குத் தவறான தகவல் பறக்கிறது. சரவ-ணனிடம் பதில் கேட்டு கடிதமும் வருகிறது. ஆனால் சரவணன் எழுதும் கடி-தங்களுக்கு எந்தத் தகவலும் கிடைப்பதில்லை. ஆளுகின்ற வர்க்கத்தின் சர்வா-திகாரப் போக்கை இச்செயல்பாடு காட்டுகிறது. இதற்குக் காரணமாக சரவணன் தாழ்த்தப்பட்ட இனத்தைச் சார்ந்தவன் என்பதால் இவ்விதம் நிகழ்கிறது எனலாம். ஒடுக்கப்பட்ட சமூகத்தில் பிறந்ததால் சரவணன், அன்னம் போன்றோரின் கருத்து-கள் அலுவலகத்தைத் தாண்டிக் கூட செல்லவில்லை. நீதியின் குரல் ஒடுங்குகிறது. அநீதியின் குரல் அடக்குகிறது. உடல் உழைப்பு மேற்கொள்பவர்களை தாழ்ந்த சாதியாகக் கருதிய சமூகம் அவர்கள் படித்து முன்னேறினால் முட்டாள்களாகக் கருதுகிறது என்பதைப் புதினம் பதிவு செய்துள்ளது.

ஒரு கட்டத்தில் சரவணன் ஊழலில் ஈடுபட்டவர்களைக் கண்டுபிடித்தபோது சிலர் பயக்கின்றனர். அப்போது செளரிராஜன் நடுங்கிக் கொண்டிருந்த அக்கௌண்-டண்;டைப் பார்த்து, தைரியமாய் இருக்கும்படி சைகை செய்து, இது, "யோக்கியன் பயப்பட வேண்டிய காலம்; நீ பயப்பட வேண்டாம் என்பதைக் காதில் போடப் போனார்" என இடம் பெற்றுள்ள செய்தி நீதியின் குரல்வளை வெட்டப்பட்டதை-யும் அநியாயத்தின் குரல் ஓங்கி ஒலிப்பதையும் காட்டுகிறது. மேலிடத்திலிருந்து வந்த கடிதத்தில் தரமற்ற பொருள்களைத் தயாரிக்கும் நிறுவனத்திற்கு காண்ட்ராக்ட் வழங்கும்படியும் சென்ற ஒப்பந்த காலத்தில் திறம்பட செயல்பட்ட அந்நிறுவனத்-திற்கு நன்றி தெரிவிக்கும்படியும் எழுதியிருக்கிறது. இதைப் போன்ற மேலிடத்-தின் போக்குகள் அவலத்திற்குரியதாகிறது. வெளியே சொல்ல முடியாத கவலைக்கு உள்ளான சரவணனுக்கு தர்மத்தின் வாழ்வுதனைச் சூது கவ்வுவதாக அமைகிறது. இனியும் பணி செய்தால் அசிங்கம் எனக் கருதி சரவணன் அன்னத்திடம் பணி-யிலிருந்து விலகக் கடிதம் தயாரிக்கச் சொன்னபோது, அன்னம் மறுத்துப் பலவாறு சொல்லி போராட துணிச்சல் தேவை என்பதாகக் கூறி புண்ணான சரவணன் உள்ளத்திற்கு மருந்தாகிறாள். அப்போதுதான், "அலுவலக மரங்களின் உச்சாணிக் கிளைகளில் அணில் கடித்த பழங்களையும் பிஞ்சில் பழுத்த பழங்களையும் பிடுங்-காமல் பார்த்த எனக்கு இவ்வளவு நாளாய் இந்த வேரில் பழுத்த பலா பார்-

வைக்குப் படாமல் போய்விட்டதே" எனச் சரவணனுக்குத் தோன்றியது. மனதால் இணைந்த இருவரும் போராடவும் தயாராயினர் என்பதாகப் புதினம் நிறைவுறுகிறது.

சாதிய அரசியலின் உளச்சிக்கல்களைப் புலப்படுத்துவதாக இப்புதினம் அமைகிறது. திறமையும் தகுதியும் வளர்ந்தாலும் சாதிப் பேய் ஒழியாவிட்டால் நாட்டில் வாழ்பவர்கள் நன்னிலை எய்த இயலாது. சமூகத்தில் புரையோடிப் போயிருக்கும் இத்தகைய இழிநிலை முற்றிலும் ஒழிய வேண்டும் என்பதை இப்புதினம் வலியுறுத்துகிறது.

ஒருநாள் போதுமா?

சு. சமுத்திரத்தின் மற்றொரு படைப்பு,' ஒருநாள் போதுமா? ' . புதினத்தின் தலைப்பே கேள்விக்குறியுடன் அமைந்துள்ளது. முதலாளி வர்க்கத்தின் அடக்குமுறையையும் தொழிலாளிகளின் வாழ்வில் நேரும் அவலங்களையும் மனக்கண் முன்பு கொண்டு வந்து நிறுத்தும் வகையில் புதினம் அமைந்துள்ளது. சென்னையில் கட்டடம் கட்டும் தொழிலாளிகள் எதிர் கொள்ளும் பிரச்சினைகளை மையமிட்டதாகப் பின்புலம் அமைகிறது.

மேஸ்திரியின் வருகையை எதிர்பார்த்து கட்டடம் கட்டும் தொழிலில் ஈடுபடும் தொழிலாளிகள் கூட்டமே காத்திருக்கிறது. வெகுநேரமாகியும் ஒரு மேஸ்திரி கூட வரவில்லை. " உழைப்பால் ஏற்படும் களைப்பை விட, உழைப்பை விற்பதற்காக நின்ற களைப்பு மேலோங்க" காத்துக் கொண்டிருந்தனர். காத்துக் கொண்டிருக்கும் போது ஒருவருக்கொருவர் உரையாடிக் கொண்டிருக்கும் போது ஆதிக்க வர்க்கத்தால் இழைக்கப்படும் அநீதிகள் விளக்கப்படுகின்றன. உழைப்பிற்கான ஊதியம் குறைவாகக் கொடுக்கப்படுவதும் அதிலும் ஒரு பகுதியை மேஸ்திரி நிலையில் இருப்பவர்கள் அமுக்கிக் கொள்வதையும் அறியமுடிகிறது. மேலும் வேலைக்கு வரும் பெண்களை ஆதிக்க வர்க்கம் பாலியல் கண்ணோட்டத்தோடு பார்ப்பதையும் தவறாக நடந்து கொள்வதையும் புதினம் பதிவு செய்துள்ளது. உடல் உழைப்பினால் ஏற்படும் துயரத்தினும் மேலான மனத்துயரத்தை அடையும் பெண் தொழிலாளிகளின் நிலையும் எடுத்துக்காட்டப்படுகிறது. பொம்மனாட்டியா பிறக்கறது தப்பு. பாவம்... யாரு பெத்த பொண்ணோ?" என்ற கருத்து சித்தாள் வேலை செய்யும் பெண்களின் அவல நிலையைப் பறைசாற்றுகிறது. தாயம்மாள் என்ற பெண் நாற்பது வருடங்களாக கட்ட வேலை பார்ப்பவர். எஞ்சினியருக்குத் தெரியாத நுட்பங்கள் கூட அனுபவத்தின் வழி நன்கு தெரிந்தவர். மேஸ்திரிகள் கூட பல சமயம் தாயம்மாவிடம் ஆலோசனை கேட்பர். இருந்தாலும் அதற்கான அங்கீகாரம் கிட்டுவதில்லை. அடிமட்டத்தில் இருப்பவர்களின் திறமைகள் அதிகார வர்க்கத்தினால் மதிக்கப்படுவதில்லை என்பதைப் படைப்பாளி பாங்குடன் எடுத்துக்காட்டியுள்ளார்.

புதிதாக தொழிலாளிகள் நிற்கும் இடத்திற்கருகில் கிராமத்திலிருந்து வேலு, அன்னவடிவு என்ற இளவயது தம்பதியினர் பிழைப்புத் தேடி வந்திருந்தனர். அவர்-களிடம் தொழிலாளிகள் பேசிக் கொண்டிருந்தனர். வெகு நேரம் கழித்து அங்கு ஒரு மேஸ்திரி வருகிறார்."அடிமைகளின் உழைப்பை விலை பேச வந்திருக்கும் தரகர்". அஞ்சு பெரியாள் அஞ்சு சித்தாள் மட்டும் வேண்டும் எனக் கேட்கிறார். "ஐந்தல்ல; ஐந்தைந்து இருபத்தைந்து பேருக்கும் மேலானவர்கள் அவரைச் சூழ்ந்து கொண்டார்கள்". பிச்சைக்காரர்களைவிட அதிகமாக மேஸ்திரியை முண்டியடித்-துக் கொண்டு வந்து மொய்த்தார்கள். கம்பீரமான உடல் வலிமை கொண்டவர்கள் கெஞ்சித் துவள்கின்றனர். ஆதிக்க வர்க்கத்தின் கையாளான மேஸ்திரி வழக்கமா-கக் கொடுக்கும் கூலியை விடக் குறைவாகத்தான் கிடைக்கும் எனக் கூற சிலர் ஒதுங்குகின்றனர். வேறு வழியின்றி சென்றவர்களிலும் அதிகமாக வேலை செய்ப-வர்களைத் தேர்ந்து அழைக்கிறார் மேஸ்திரி. குறைந்த கூலியில் மிகுந்த ஆதாயம் பெறுவதை இச்செயல்பாடு காட்டுகிறது. வலிமை கொண்ட வர்க்கம் உழைப்பாளி-களின் உழைப்பைச் சுரண்டுவதைக் குறிக்கோளாய்க் கொண்டிருக்கிறது.

தாயம்மாள் மேஸ்திரியைக் கெஞ்சுகிறார்;. மேஸ்திரி,"நீ அந்தாண்ட போ... போன வாரம்... ஒண்ணுக்குப் போற சாக்குல ஒரு மணி நேரத்தை வேஸ்ட் பண்-ணுனே... ஒன் உடம்புக்கு முடியாது ஒத்திப் போ..." என்றான். பின்னர் புதிதாக வந்த அன்னவடிவை அழைக்க அவள் செல்லத் தயாரானாள். பெயிண்டர் பெரு-மாள் தாயம்மா செய்த உதவிகளை மேஸ்திரிக்குச் சுட்டிக்காட்;டினார். "யோவ், நீயில்லாம் மனுஷனாய்யா? அந்த அம்மாவுக்கு என்ன கோளாறோ?ஒன்னோட மூணு வருஷமா வேலைக்கு வர்ர பொம்மனாட்டி... நாற்பது வருஷமாய் சித்தா-ளாய் வேலை பாக்குறவள். இந்த நாட்ல யானைக்குக்கூட பென்ஷன் கொடுக்-கறாங்களாம். ஆனால் யானையைவிட அதிகமா வேல பார்த்த அம்மாவுக்கு பென்ஷன் வாணாம். வேல கூடவா கொடுக்கப்படாது?"மேஸ்திரி தயங்கி, ஆள் எடுத்தாச்சு எனக்கூற அன்னவடிவு தானாக ஒதுங்கிக் கொள்ள தாயம்மாள் அன்-னத்தை நன்றிப் பார்வையோடு பார்த்துச் சென்றார்.கட்டடக் கட்டுமானத் தொழி-லாளிகளுக்கு ஓய்வூதியம் இல்லாத நிலை கூறப்பட்டுள்ளது. மேலும் ஐந்தறிவு-டைய யானையை விட மக்களின் தரம் தாழ்த்தப்பட்டு விட்டது என்பதைப் புதினம் விளக்குகிறது.

வேலையில்லா நிலையில் வேலுவும் அன்னவடிவும் வசதி படைத்த உறவின-ரைப் பார்த்து தங்களுக்கு உதவி கிடைக்கும் என்ற எதிர்பார்ப்பில் பேசுகிறபோது, உறவினரோ உதவாமல் நழுவி விடுகிறாh.; .உறவினரின் இச்செயல்பாடு ஊரினமாக இருந்தாலும் ஏழை என்ற நிலைக்கு வரும் போது ஒருவன் தாழ்ந்தவனாகவே கரு-தப்படுகிறான் என்பதைத் தெளிவாகக் காட்டுகிறது. சாலையோரமாய் வசிப்பவர்-களோடு வேலுவும் அன்னவடிவும் தங்கியிருந்தபோது தாயம்மாள் தன் வீட்டிற்கு

அவர்களை அழைத்துச் செல்கிறார். ஏழைகளுக்கு ஏழைகளே ஆதரவு என்பதை அறியமுடிகிறது. வேலுவும் அன்னமும் தாயம்மாளுடன் சேர்ந்து கட்டட வேலைக்குச் செல்கிறார்கள். அங்கு அன்னம் ஆதிக்க வர்க்கத்தின் காமப்பார்வையையும் பேச்சுக்களையும் சகிக்க வேண்டியதாயிருந்தது. தாயம்மாவின் மகன் குடிகாரனாக இருந்த போதும் அன்னத்தை தன் சகோதரியாகவும் மதிப்புடனும் நடத்துகிறான். மேல் வர்க்கத்தினரைப் போன்ற இழிவு கொண்டவர்களாக ஏழைகள் நடப்பதில்லை என்பதைப் படைப்பாளி தெளிவு படுத்தியுள்ளார்.

வேலை பார்க்கிற இடத்தில் அன்னவடிவிடம் தவறாகப் பேசிய சூப்பர்வைஸரை தாயம்மா கண்டிக்க, ஆதிக்க வர்க்கம் ஏளனமாய்ப் பேசி கூலிக்காசைக் கொடுக்கிறது. தாயம்மாள் அக்காசை விட்டெறிகிறார். ஏழைகளுக்கு வறுமையும் உண்டு. அதை விட மேலாய் தன்மானம் உண்டு என்பதை தாயம்மாளின் நடவடிக்கை காட்டுகிறது. காலம் ஓடுகிறது அன்னம் கருவுறுகிறாள், இருப்பினும் கட்டட வேலைக்குச் செல்கிறாள். தாயம்மாள் உடல் நலக் குறைவால் படுத்த படுக்கையாகிறார். இந்நிலை தொழிலாளி வர்க்கத்தின் துயரநிலையைக் காட்டுகிறது.

வேலுவின் வேலையைக் கவனித்த காண்டிராக்டர் மற்றவர்களை விட அதிகமாக வேலை செய்யும் திறமையைப் பார்த்து அவன் தலைமேல் அளவுக்கதிகமான சிமெண்ட் மூட்டைகளை ஏற்றச் சொல்கிறார் . வேலுவின் திறமைக்குப் அதிகப்பணம்; கொடுக்கப்படாமல் அதிகமான வேலை கொடுக்கப்படுகிறது. சில மூட்டைகள் கழுத்தில் விழுந்து வேலுவின் வாயில் நுரை தள்ளுகிறது. மருத்துவமனை கொண்டு செல்லப்படும் வழியிலேயே வேலு இறக்கிறான். பயந்த ஆதிக்க வர்க்கம் பணத்தைக் கொடுத்து மாரடைப்பு எனச் சொல்லச் சொல்லுகிறது .தொழிலாளிகள் அதைப் பொருட்படுத்தவில்லை. அதிகமான சுமையே வேலுவின் மரணத்திற்குக் காரணமாகிறது. பணத்தாசை பிடித்த முதலாளிவர்க்கத்தின் பேராசை உயிரைக் குடிக்கிறது. காவல்துறையும் பணத்திற்கு அடிபணிகிறது. வேலுவின் உயிருக்குப் பேரம் பேசப்படுகிறது. தன் வாழ்க்கை தொலைந்த நிலையிலும் பணத்தைப் பெரிதென்று கருதாது தொழிலாளிகளோடு இணைந்து நயவஞ்சக வர்க்கத்தை எதிர்த்துப் பாட்டாளிவர்க்கத்தில் தானும் ஒருத்தியாகிப் போராட அன்னவடிவு தயாராகிறாள்.தொழிலாளிகள் தங்கள் துயர் நீங்க தாங்களே போராட வேண்டும் என்பதை சு. சமுத்திரம் கதைமாந்தர்களின் செயல்பாடுகளின் வழி புலப்படுத்தியுள்ளார்.

'வேரில் பழுத்த பலா', 'ஒரு நாள் போதுமா?' ஆகிய இரண்டு புதினங்களும் ஒடுக்கப்பட்டவர்கள் போராட்டக்களத்தில் குதித்தால் மட்டுமே வாழமுடியும் என்பதை விளக்கி நிற்கின்றன. திறமையற்றவர்களின் செயல்பாடே பிறரை அடிமைப்படுத்தக் காரணமாகிறது. மொத்தத்தில் ஒடுக்கப்பட்டவர்கள் தங்கள் வாழ்வுரிமையைக் காத்துக்கொள்ளவும் பொதுவுடைமையை நிலைக்கச் செய்யவும் போராடிய சுதந்திரப் போராட்டமாக புதினங்கள் படைக்கப்பட்டுள்ளதை அறியமுடிகிறது. எல்-

லோரும் மனிதர்கள் என்பதை உணர்ந்தால் மட்டுமே மனித சமுதாயம் தலை-நிமிர்ந்து மனிதநேயமிக்கதாக உருவாக முடியும்... என்பதை சு.சமுத்திரம் தமது படைப்புகளின் வழி புலப்படுத்தியுள்ளார்.

குறிப்புதவி நூல்கள்

1. வேரில் பழுத்த பலா - சு. சமுத்திரம்
2. ஒரு நாள் போதுமா - சு. சமுத்திரம்

7

ஐங்குறுநூற்றில் உள்ளுறைப் பயன்பாடு

மனித வாழ்க்கையின் அமைப்பு, அவனது உயர்ந்த குறிக்கோளினை அடி-யொற்றியே அமைகின்றது. அக்குறிக்கோள் உள்ளத்தில் கருக்கொண்டு உணர்ச்சி-யால் பரிணமிக்கிறது. மனிதனின் அனைத்து உணர்வுகளையும் அவனால் எல்லா இடங்களிலும் வெளிப்படுத்த இயலாது. சிலவற்றை மட்டும் வெளிப்படுத்துவிட்டு, வெளிப்படையாகக் காட்ட முடியாதவற்றை ஏதேனும் ஒரு நிலையில் வெளிப்படுத்த அவனுக்குக் கருவியாக உயிருள்ள பொருளோ, உயிரற்ற பொருளோ அமைய-லாம். இவ்விதமாக அமையும் மறைபொருள் உள்ளுறை என்ற சொல்லாக உருப்-பெற்றது. வெளிப்படையாகக் காட்டப்படும் காட்சி, வருணனை ஆகியவை உட்-பொருள் தந்து அமையும் போது உள்ளுறை என்ற பெயரினைப் பெறுகின்றது. மனம் கருதிய ஒன்றை உள்ளுறுத்தி, அதன் புறவடிவமாக இன்னொன்றைத் தரும் நிலை இதுவாகும். அவ்வகையில், ஐங்குறுநூற்றில் உள்ளுறைப் பயன்பாட்டின் உணர்வுகளை ஆராய்வதாக இக்கட்டுரை அமைகின்றது.

திணை இலக்கியம்

திணை இலக்கியம் நில அடிப்படை உடையது. நிலமும் பருவப்பொழுதுகளும் இயற்கையும் இவற்றை அடிப்படையாகக் கொண்ட மனித வாழ்வும் இணைந்ததே திணை இலக்கியம். மனித உளவியலை மையமாகக் கொண்டு, அகப்புற நிகழ்ச்-சிகளைக் கருவாக்கி அவற்றில் தோன்றும் சிறுசிறு அடிப்படை நிகழ்வுகளைப் புனைவதே திணை இலக்கியம். அவற்றுள் அகம் என்பது காதல் பற்றிய இலக்கி-யம்

அகம் என்பது பெயர் அறியப்படாதது. மறைபொருளானது. அது தலைவன், தலைவி இருவருக்கு மட்டுமுரிய உள்ள உணர்வு. அவ்வகத்தின் பொருளை

"

முதல், கரு, உரி என மூவகைப்படுத்துவர். இம்மூன்றையும் வெளிப்படையாகவும் மறைபொருளாகவும் பயன்படுத்துவன சங்க இலக்கியங்கள். அவற்றுள் ஐங்குறுநூறு அக இலக்கிய நூல் ஆகும். இந்நூலானது மறைபொருளாகிய உள்ளுறையை அதிகமாகக் கையாண்டுள்ளது.

புறப்பாடல்களிலும் உள்ளுறை உண்டு. எனினும் அக இலக்கியத்திற்குப் பெரிதும் பயன்படுவது போல் காணமுடிவதில்லை.

உள்ளுறையின் இலக்கணம்

பண்டைய அக இலக்கியங்களில் அகத்திணை மாந்தர் கூற்றுகளில் உள்ளுறைகள் மிகுதியாகப் பொருந்தி வந்துள்ளன. இலக்கிய உத்திகளான படிமம், குறியீடு ஆகிய இரண்டும் இவ்வுள்ளுறைகளைக் கருவாகக் கொண்டு அமைந்திருக்கின்றன. இவை மட்டுமேயன்றி, மனித இனம் தங்கள் தொழில் உள்ளிட்ட குழுக்களில் உள்ளவர்களன்றி மற்றவர்களுக்குப் புலப்படாத வகையில் உருவாக்கிக் கொள்ளும் குறிப்புச்சொற்களும் உள்ளுறையின்பாற்பட்டதேயாகும். உடலுக்கு உயிர்போன்று மொழிக்கு உயிராக அமையும் இலக்கணத்தைப் படைத்த தொல்காப்பியரும் மனித வாழ்க்கையில் உள்ளுறை அமைந்திருப்பதை தொல்காப்பியத்தில் புலப்படுத்தியுள்ளார்.

"உள்ளுறை உவமம், ஏனை உவமம் எனத்

தள்ளா தாகும் திணைஉணர் வகையே" - (தொல். நூ. எ. 992)

ஒவ்வொரு திணைக்குமுரிய முதற்பொருள், கருப்பொருள், உரிப்பொருள் என்ற வரிசையில் கருப்பொருளின் பயன்பாடு உள்ளுறைக்கு வளம் சேர்க்கின்றது. அகப்பாட்டு இன்ன திணை என்று அறிவதற்கு கருப்பொருள் துணையாகின்றது. மேற்கண்ட நூற்பா உவமையின் வகைகளில் ஒன்றாக உள்ளுறை விளங்குவதைத் தெளிவுபடுத்தியுள்ளது.

உள்ளுறை என்ற சொல்லுக்கு, 'புதைந்துள்ள பொருள்', 'மறைந்துள்ள பொருள்', 'குறிப்புப்பொருள்;' என்ற பொருள்களும் உண்டு. வெளிப்படையாக அமையாமல், உய்த்துணரும் சூழலில் தோன்றுவதாக உள்ளுறை அமைகின்றது. அக இலக்கியங்களுக்கு அழகினைச் சேர்ப்பது எனச் கூறினும் சாலப் பொருந்தும்.

முதல், கரு, உரி- என்னும் திணை சார்ந்த முப்பொருளையும் சங்கப்பாடல்களில் பயன்படுத்தினர். அவற்றுள் கருத்து வெளியீட்டிற்கு இன்றியமையாததான கருப்பொருளை உள்ளுறைக்குக் கருவியாகப் பயன்படுத்தினர். கருப்பொருட்களில் முதலிடம் பெறும், 'தெய்வம்' ஒழியப் பிற உள்ளுறைகளுக்குக் கருவியாகப் பயன்பட்டன. தெய்வத்தை உள்ளுறைக்குப் பயன்படுத்துதல் தகாது என்பது சான்றோர் கருத்து.

மனிதனின் உணர்வானது, எங்கு? என்ன? மறைந்து கிடக்கிறது என்பதைத் தேடும் தேடலாக அமைகின்றது. அதனால் தான் மறைந்து கிடப்பதை அறிய

அவனது உள்ளம் அலைபாய்கிறது. மனிதனின் வாழ்க்கை முழுவதும் தேடலாகவே அமைவது உள்ளுறையின்பாற் படுவதாகவே அமைகின்றது. இலக்கிய வளர்ச்சியோ, விஞ்ஞான வளர்ச்சியோ எதுவாகினும் அங்கு பொதிந்து கிடக்கும் கருவாக அமைவது உள்ளுறையே ஆகும். இவ்வுலகில் மாறாதது மாற்றம் என்ற ஒன்று மட்டுமே என ஓர் அறிஞர் கூறியுள்ளார். அத்தகைய மாறாத மாற்றமாகவே உள்ளுறையும் காலத்திற்கேற்ற வண்ணம் மாற்றம் ஏற்பட்டாலும் மறையாமல் இருந்து வருகின்றது.

இடக்கரடக்கல், மங்கலம், குழுஉக்குறி என்பன இலக்கணத்தில் சொல்லப்பட்டுள்ளன. இவை உள்ளுறையின் வேறுபட்ட வடிவங்கள் எனக் கூறினும் பொருந்தும்.

' உள்ளுறை' — கலைகளின் வெளிப்பாடு

கலைகளின் தோற்றத்திற்குக் காரணமாக அமைவதும் உள்ளுறையாகும். ஓவியம், சிற்பம், இசை, இதர கலைகள் என்ற பெயரில் அமகின்ற அனைத்தும் உள்ளுறையாகும். இதற்குப் பல்வேறு சான்றுகளைக் காட்ட இயலும். மரபின் எச்சம் என உள்ளுறையை உரைக்கினும் பொருந்தும்.

ஒரு பெண் தலைவிரி கோலமாக நிற்கும் வண்ணம் ஓர் ஓவியம் இருக்கிறதென்றால் அதனை நாம் உணர்ந்து கொள்ள இயலும். அதே போன்று ஒரு பட்டமரம் ஓவியமாகக் காட்டப்பட்டு அதன் அருகில் ஒரு பெண்ணையும், ஒரு குழந்தையையும் நிற்க வைத்தால் அப்பெண்ணின் வாழ்க்கை சோகமயமானது என்பதையும், அவளின் வாழ்க்கைக்கு உற்ற துணையாக யாருமே இல்லை என்பதையும் அறிந்து கொள்ளலாம். இதே போன்று சைகை மொழி, சங்கேத மொழி போன்றவையும் உட்பொருளினை விளக்கும் கருவிகளாக அமைகின்றன.

உள்ளுறையின் இன்றியமையாமை

இன்பத்துறை பற்றிய செய்திகளையே மறைத்துக் கூறல் இன்றியமையாதது ஆகும். புறப்பொருட் செய்திகளை மறைத்துக் கூறவேண்டிய தேவை இல்லை. உள்ளுறை அகத்திணைக்கே உரியதாக களவு, கற்பு என்னும் இரண்டு வகை கைக்கோள்களுக்கும் பொதுவாக வரும் காரணம் குறித்தே அகத்திணையியலில் தொல்காப்பியரால் குறிப்பிடப்பட்டுள்ளது.

உள்ளுறையின் பொருளை உணர்ந்து கொள்ள இயலாவிடில் தவறாக அமைந்து விடும். உதாரணமாக சிலப்பதிகாரத்தில், கானல் வரியில் குறிப்பிடப்படும் செய்தியைக் காணலாம். "கானல் வரியில் கோவலனும் மாதவியும் பாடும்போது மாதவியின் பாடலில் தவறான குறிப்பு உளதாகக் கருதி கோவலன் பிரிந்து சென்றதாகக் காட்டப்படும் நிகழ்வு இங்கு ஒப்பிடத்தக்கதாகும்". எனச் சிலம்பொலி சு. செல்லப்பன் குறிப்பிட்டுள்ளார்.

ஒரு பொருளைப் பார்ப்பதற்கு விளக்கின் ஒளியானது பயன்படுவது போலக் குறிப்புப் பொருளினை உணர்ந்து கொள்வதற்கு, சொற்பொருளானது பயன்படும். "விளக்கின் ஒளியில் விளக்கையே விளங்கக் காண்பது போலக் கவிதையின் சொற்-பொருளில் தோன்றும் குறிப்புப் பொருளால் கவிதையை நன்கு சுவைக்க இயலும்" என்பதை கதிர்மகாதேவன் கருத்தின் வாயிலாக அறியலாம்.

உள்ளுறைக்கான தனியிடம்

இலக்கிய உலகில் உள்ளுறைக்கென்று தனி இடம் உண்டு. நுட்பமான கருத்-துகளை உள்ளடக்கியதாக, செறிவுமிக்க கூற்றுகளை உடையதுமாக, குறிப்புப் பொருளைக் கொண்டு விளங்கும் உள்ளுறைகள் ஐங்குறுநூற்றில் பெரும் எண்-ணிக்கையில் அமைந்துள்ளன. இத்தகைய ஐங்குறுநூற்றில் பலபாட்டுகள், தொல்-காப்பிய உரையாசிரியர்களாலும் பல நுண்ணிய அகப்பொருள் இலக்கண விதி-களுக்குச் சிறந்த எடுத்துக்காட்டாக ஆங்காங்கே கையாளப்பட்டுள்ளன. மரபோடு பின்னிப்பிணைந்து தமிழ்மணம் கமழும் நூல்கள் காலந்தோறும் நிலைபெற்று வரு-வதற்குக் காரணமாக அமைந்தவை ஐங்குநூறு போன்ற நூல்கள் ஆகும்.

தலைவி, தலைவன், தோழி, நற்றாய், செவிலி, பரத்தை முதலியோரின் கூற்-றுகள் பலவற்றிலும் உள்ளுறைகள் அமைந்து காணப்படுகின்றன. பரத்தமையை நாடிச் செல்லும் தலைவனைப் பற்றி வருத்த மிகுதியால் தலைவியும், தோழியும் கூறும் கூற்றுகளிலேயே உள்ளுறை மிகுதியாகப் பயின்று வந்துள்ளது. தோழியா-னவள் தலைவிக்கு உற்றதுணையாக அமைவதோடு மட்டுமல்லாமல் களவுக்கா-லத்தில் தலைவியைத் தேற்றவும், தலைவனைப் பழிக்கவும், வாயில் மறுக்கவும் எனப் பல இடங்களில் பேசுகிறாள். அதேபோல் கற்புக்காலத்தில் பரத்தமை ஒழுக்-கம் மேற்கொண்ட தலைவனை இழித்துரைக்கும் முறை உள்ளுறையின் மூலமாக விளக்கப்பட்டுள்ளது.

தலைவனின் கூற்றில் உள்ளுறை அருகியே காணப்படுகின்றது. பரத்தமையின் கூற்றில் தலைவியையும், மற்ற பரத்தையரைப் பழித்துப் பேசும் கூற்றும் உள்ளு-றையின் வாயிலாகத் தெளிவுபடுத்தப்பட்டுள்ளன. நற்றாயின் கூற்றில் தலைவியைப் பிரிந்து புலம்பும் காட்சியில் காணமுடிகின்றது.

குறிஞ்சி நிலத்தில் காதல் வாழ்க்கை அமைய அடித்தளமாக அமைவதில் கிளி உள்ளிட்ட பறவையினங்கள் முக்கியப் பங்காற்றுகின்றன. பகற்பொழுதில் தினைப்-பயிரைக் கிளி உண்ண வருவதன் காரணமாக தலைவியின் பெற்றோர் அவளைத் தினைப்புனத்திற்கு காவல் செய்ய அனுப்புவர். அவ்வாறு வரும் தலைவி ஏதேனும் ஒரு சூழலால் அவளுக்குரிய தலைவனைச் சந்திக்க நேரிட்டு களவு வாழ்க்கை தொடங்குகிறது. பின்னர் தலைவன் இரவு நேரத்திலும் அவளைச் சந்திக்க வந்-துவிட்டு பி;ன்னர் பிரிந்து செல்கிறான். தலைவன் திருமணம் செய்ய நினையாமல் இதனையே வாடிக்கையாக வைத்திருப்பதால் தோழியானவள் தலைவியை மணக்-

கச் செய்யும் பொருட்டு, தலைவனே நீ இரவில் வரும்போது வழியில் யானைக்-
கூட்டம் வரும் என்கிறாள்.

" சாரற் புனத்த பெருங்குரற் சிறுதினைப்

பேரமர் மழைக்கண் கொடிச்சி கடியவும்,

சோலைச் சிறுகிளி உண்ணும் நாட

ஆரிருள் பெருகின வாரல்

கோட்டுமா வழங்குங் காட்டக நெறியே" - (ஐங். பா. எ. 282)

என்னும் அடிகளில் உள்ளுறை அமைந்துள்ளது. தினையை உண்ணவரும்
கிளிகளை எவ்வளவு விரட்டினாலும் அது திரும்பத் திரும்ப வரும். அது போன்று
தலைவன் வருகிறான் என்ற கூற்றை உட்பொதிந்ததாகப் பாடல் அமைந்துள்ளது.
இதன் வாயிலாக இரவில் தலைவியைத் தேடி தலைவன் வருதல் வேண்டாம் என்-
னும் கருத்து உள்ளுறையாக அமைகின்றது. களவுத்தனமாய் வரும் கிளி போன்-
றவன் தலைவன் என்ற கருத்தும் கொள்ளத்தக்கது.

மேற்சொன்ன முறையில் கிளியை மையமாக வைத்து இன்னொரு பாடலையும்
ஆராயலாம். தலைவன் தலைவியை நாடி வருகின்;றான். அப்போது தினை அரி-
யப்பட்டுவிட்டது. இதனைக் கண்டு தலைவன் மறைந்து நிற்கின்றான். தோழி
தலைவனைக் கண்ணுற்றுக் கூறுகிறாள்.

" அளிய தாமே, செவ்வாய்ப் பைங்கிளி

குன்றக் குறவர் கொய்தினைப் பைங்கால்

இருவி நீள்புனம் கண்டும்

பிரிதல் தேற்றாப் பேரன்பினவே" - (ஐங். பா. எ. 284)

தினையை அறுத்துவிட்டனர். தினையின் தாளைத் தவிர வேறெதுவுமில்லை.
அங்கு வந்த கிளிகள் அவ்விடத்தை விட்டு வேறிடம் நோக்கிச் செல்லாமல் அங்-
கேயே இருக்கின்றன என்பதாகப் பாடலில் கூறப்பட்டுள்ளது. இப்பாடலின் நான்கு
அடிகளும் உள்ளுறையாக அமைந்துள்ளன. முன்பு உணவு கொடுத்த தினை அரி-
யப்பட்ட போதும் கிளியானது வேறிடம் செல்லாதிருப்பது போல் தலைவியோடு
கூடியிருந்த தலைவன் அவளின் முதுமைக் காலத்திலும் அவளை விட்டுப் பிரியக்
கருதமாட்டான் என்ற உள்ளுறைப் பொருள் அமைந்திருக்கிறது.

மேற்சொன்ன இரண்டு பாடல்களில் முன்பு தலைவனின் இழிவு கூறப் பயன்-
பட்ட கிளி, அடுத்த பாடலில் உயர்வின் அடையாளமாக கூறப்பட்டுள்ள விதம்
ஒப்பு நோக்கத்தக்கதாகும். உள்ளுறைப் பொருள்கள் இலக்கிய மாந்தர்களின்
இயல்புக்கு நிலக்களமாக உள்ளன.

தலைவனைப் பற்றிய கூற்றில் உள்ளுறை

தலைவன் ஒரு பரத்தையை விட்டு வேறொரு பரத்தையை நாடிச் சென்றான்
என்பதைக் கேள்வியுறுகிறாள் தலைவி. தன்னை விடுத்து தலைவன் இவ்வாறு

செல்வதை விரும்பாத தலைவி, அவன் வரும் வரையில் காத்திருக்கின்றாள். ஒரு நாள் திரும்பி வந்தான் தலைவன். அவனிடம் சண்டையிடுகிறாள். இனிமேல் இவ்-வாறு நிகழாது என உறுதியளிக்கிறான். அப்பொழுது தலைவி கூறுவதாகப் பாட-லொன்று அமைந்துள்ளது.

" நறுவடி மாஅத்து விளைந்துகு தீம்பழம்

நெடுநீர்ப் பொய்கைத் துடுமென விழூஉம்

கைவண் மத்தி கழாஅ ரன்ன

நல்லோர் நல்லோர் நாடி

வதுவை யயர விரும்புதி நீயே" - (ஐங். பா. எ. 61)

இப்பாடலில், " நறுவடி மாஅத்து விளைந்துகு தீம்பழம் , நெடுநீர்ப் பொய்கைத் துடுமென விழூஉம்" என்ற அடிகளில் உள்ளுறைகள் இடம் பெற்றுள்ளன. நறிய பிஞ்சினை உடைய மாமரத்திலிருந்து முதிர்ந்து விழுகி;ற இனிய பழம் நெடிய நீர்-நிலையாகிய பொய்கையில், 'துடும்' என்னும் ஒலியுண்டாக விழுகின்றது என்பது பொருளாகும்.

மாமரத்தின் பழமானது அதற்கு உரிமையுடையோருக்குப் பயன்படாமல் பொய்-கையில் வீழ்ந்து அங்கு வாழும் மீன்களுக்கு இரையாதல் போன்று தலைவனும் இல்லறத்தில் உரிமையுடைய தலைவிக்குப் பயன்படாமல் பரத்தையர் சேரியில் சென்று அங்கு இருக்கும் பரத்தையர்க்குப் பயன்படுகிறான் என்பதே உள்ளுறை-யாக அறியமுடிகின்றது. திருமணத்திற்குப் பிறகும் பெண்ணால் கணவனது இழி-வான செய்கையை வெளிப்படையாகப் பேச முடியாமல் இருந்த சூழலொன்றும் இருந்திருக்கிறது என்பதை அறிய முடிகிறது. உள்ளுறை பெண்ணுக்கான ஒன்றோ எனக் கருதவும் இடமளிக்கிறது.

மகவைப் பெற்ற பேய்

மருதநிலத்தின் ஆடவர் பரத்தையரை நாடிச் செல்லுதல் வழக்கமான ஒன்றா-க் கருதப்படுகிறது. இல்வாழ்க்கையில் கற்பு நெறி தலைவிக்கு மட்டும் போதிக்-கப்பட்டதாகத் தெரிகிறது. பரத்தமையை நாடுதல் தவறு எனச் சொல்லப்பட்டிருந்-தாலும் நிகழ்ந்திருக்கின்றது என்பது எவரும் மறுக்க முடியாத உண்மையாகும். பெண்மனத்திற்கு இச்செயல் தாங்கிக் கொள்ள முடியாத பெருந்துன்பம் என்பதை எவரும் உணர்ந்து செயல்பட்டதாகத் தெரியவில்லை

" பழனப் பன்மீன் அருந்த நாரை

கழனி மருதின் சென்னிச் சேக்கும்

மாநீர்ப் பொய்கை யாணர் ஊர!

தூயர்; நறியர் நின் பெண்டிர்

பேய் அனையம் யாம்சேய் பயந்தனமே" - (ஐங். பா.எ. 70)

நாரை (தலைவன்) வயலில் உள்ள பல்வேறு மீன்களையும் (பரத்தை) பிடித்துத் தின்று விட்டு தங்குவதற்கு மட்டுமே நன்செய் நிலத்திலுள்ள மருதமரத்-தின் உச்சிக்கு வருகின்றது (இல்லம்). அது போன்று தலைவனும் நீண்ட பொழு-தெல்லாம் பல்வேறு பரத்தையருடன் இன்பம் நுகர்ந்து உலகார் என்ன நினைப்பார்-களோ எனக் கருதி வீடு வருகின்றான் என்பது உள்ளுறையாக அமைந்ததாகும். இப்பாடல் உடனுறையாகிய உள்ளுறை உவமம் ஆகும். மேலும் பிள்ளை பெற்ற-தால் நான் உனக்குப் பேய் போல ஆகிவிட்டேன். ஆதலால் நினக்குப் பிடித்தமான பெண்டிரிடமே செல் என்பதாகப் பாடல் அமைந்துள்ளது.

தலைவி புலந்து கூறியதாகச் சொல்லப்பட்டாலும், அவளால் ஒன்றும் செய்-யமுடியாத ஆற்றாமையின் புலம்பல் என எண்ணத் தோன்றுகிறது. " கோடிச்சீல ஒரு வெள்ளக்கி: கொமரிப்புள்ள ஒரு புள்ளக்கி" எனக் கூறப்படும் பழமொழி போன்று, பிள்ளை பெற்றதால் அழகிழந்தாள் எனக் கருதி தலைவன் பரத்தையரை நாடினான் எனக் கருதவும் இடமுண்டு.

உள்ளுறை மலிந்தது மரதத்திணை, மருதத்திணையை ஊடல் திணை எனவும் கூறலாம்.. உள்ளுறைக்கு மூலகாரணமாக அமைவது மருதத்திணை எனக்கூறின் சாலப் பொருந்தும்.

பரத்தையைப் பழிக்கும் தலைவி

தலைவியைப் பரத்தை பழிப்பதும், பரத்தையைத் தலைவி பழிப்பதும் சங்க இலக்கிய அகப்பாடல்களில் காணப்படுகிறது. தலைவி பரத்தையைப் புறங்கூறி-னாள் என்று பரத்தை பிறரிடம் குறை கூற, அதனைக் கேட்ட தலைவி பின்வரு-மாறு பரத்தையைப் பழித்துரைத்தாள்.

" கன்னி விடியல் கணைக்கால் ஆம்பல்

தாமரை போல மலரும் ஊர!

பேணாளோ நின் பெண்டே

யான்தன் அடக்கவும் தான் அடங்கலளே?" - (ஐங். பா. எ. 68)

ஆம்பல் பூவானது தாமரையைப் போல் மலரும் இயல்புடையது. ஆதலால் தலைவியைப் போல் (தாமரை) பரத்தை (ஆம்பல்) நடந்து கொள்கிறாள் என்பதை உள்ளுறையாகத் தலைவனிடம் தெரிவிக்கிறாள் தலைவி. தன்னுடைய மனைவி என்ற இடத்தைத் தக்க வைத்துக் கொள்ளவும் போராடுபவள் தலைவி என்பது கூற்றில் வெளிப்படுகிறது. தனக்கு ஏற்பட்ட கோபத்தையெல்லாம் அடக்கித் தான் இருப்பதாகக் கூறும் தலைவி, பரத்தை அடக்கமில்லாமல் பெண்மைக்குரிய இயல்-பிலிருந்து மாறுபட்டு நடக்கிறாள் என்பதைத் தெளிவுபடுத்துகிறாள். சிறப்பில்லாத-வள் தன்னைத் தலைவி போலக் கருதினாலும் அடக்கமின்மையால் அப்பரத்தை தலைவிக்குரிய இடத்தை அடையமுடியாது என்பதை அறியமுடிகிறது. மேலும் தலைவியின் மனவருத்தத்தையும் உணர முடிகிறது.

சிறப்பற்ற ஆம்பல் தாமரை போல மலரும் என்றது கற்புச் சிறப்பு இன்மையால் அடங்கிக் கிடத்தற்குரிய பரத்தை குலமகளிர் போல சிறப்புடையயளாய் கர்வம் கொள்கின்றாள் என்பதை ஒப்பிட இருவகைப் பூக்கள் உள்ளுறையாக அமைந்தி-ருக்கின்றன..

தண்டியலங்காரத்தில் ஒட்டணிக்கு உதாரணமாக வரும் பாடலொன்றில் தலைவி தாமரை மலராகவும் பரத்தை காவிநிறம் கொண்ட மலராகவும் காட்டப்-டுகிறாள்.

" வெறிகொள் இனச்சுரும்பு மேய்ந்ததோர் காவிக்

குறைபடுதேன் வேட்டுங் குறுகும் -நிறைமதுச்சேர்ந்து

உண்டாடுந் தன்முகத்தே செவ்வி உடையதோர்

வண்டா மரைபிரிந்த வண்டு" - (தண்டியலங்காரம்)

இப்பாடல் தோழியின் கூற்றாக அமைந்ததாகும். தன்னிடத்துச் செவ்வியையும் வளப்பத்தையுமுடைய தாமரையிடம் குறைவற்ற நிறைமதுவைச் சேர்ந்து உண்டு களித்து விளையாடுகின்ற வண்டும், களித்த பல வண்டுகள் சேர்ந்து உண்டு வெறுத்துவிட்ட குறைபடு காவியின் மதுவை ஆசைப்பட்டுச் சேருகின்றதே எனத் தோழி தலைமகனிடத்துக் கூறுகின்றாள்.

தாமரை மலர்- தலைவி

காவி மலர் - பரத்தை

வண்டு - தலைவன்

எனப் பாடல் அமைந்துள்ளது. தலைவியே பேசத் தயங்கும் சூழலில் தோழி தலைவனிடம் உள்ளுறை வாயிலாகவே புரியவைக்கிறாள். மேலும் ஓர் ஆணிடம் வெளிப்படுத்த முடியாத கருத்தை பெண்ணானவள் உள்ளுறை வாயிலாக வெளிப்-படுத்தும் பான்மையை உணரமுடிகிறது.

பொய்ச்சூள் உரைத்தல்

' சிறு வெண்காக்கை' என்பது நீரில் வாழும் தன்மையினை உடையது ஆகும். நெய்தல் நிலத்தலைவனைச் சிறு வெண்காக்கைக்கு உவமை கூறி தலைவி உள்-ளுறைக்கிறாள்.

" பெருங்கடற் கரையது சிறுவெண் காக்கை

அறுகழிச் சிறுமீன் ஆரமாந்தும்

துறைவன் சொல்லிய சொல் என்

நிறையேல் எல்வளை கொண்டு நின்றதுவே" - (ஐங். பா. எ. 165)

பெரிய கடற்கரையில் உள்ள சிறுவெண் காக்கையானது, நீர் வற்றிய கழியில் (சிறிய அளவுள்ள நீரில்) வாழும் மீனினை உண்ணும் துறைவனே! முன்பு என்-னைத் தெளிவிக்க வேண்டி தலைவன் சொல்லிய உறுதிமொழியால் எனது ஒளி-பொருந்திய வளையல்கள் கழன்று கீழே விழும்படி செய்தது என்கிறாள் தலைவி.

சிறுவெண்காக்கையானது பெரிய கடல் நீரில் (தலைவி) மீனை உண்ணாமல் நீர் குறைந்த கழியில் (பரத்தை) மீனை உண்டது என்கிறாள். இப்பாடலின் வாயி- லாகத் தலைவியானவள், தலைவன் தன்னை விரும்பாமல் பரத்தையை விரும்- பிச் சென்றான் என்னும் கருத்தை உள்ளுறையாகப் பதிவிடுகிறாள். மருத நிலத்- தில் குறிப்பிடப்படும் பரத்தமை நிலையானது நெய்தல் நிலத்திலும் காணப்படுவதை அறியமுடிகிறது. கறுப்புக் காகத்தை மட்டுமே காணக்கூடிய சூழலில் வெண்காகம் என்ற ஒன்று உண்டு என்பதைப் பாடல் அறிவிக்கிறது.

உள்ளுறைகள் நன்மையைக் குறிப்பிடப் பயன்பட்டதை விட தீமையைக் குறிப்- பிடப் பயன்பட்டதைப் பெருவாரியான பாடல்களின் வழி அறியலாம். வெளிக்- காட்டும் பொருள் ஒன்றாகவும் அதனுடைய உட்பொருள் வேறாகவும் அமைவது உள்ளுறைக்கே உரிய தனிச்சிறப்பாக அமைகின்றது. இலக்கியங்களில் காணும் உள்ளுறைகளை நுண்ணிதின் கற்பவர்களால் மட்டுமே புரிந்து கொள்ள இயலும். மேலும் புலவரின் கற்பனைத் தேருக்கு அச்சாணியாகவும் உள்ளுறை அமைகின்றது எனலாம்.

உள்ளுறையான குறிப்புப் பொருள் பற்றி அறிஞர் மு. வரதராசன் அவர்கள். " புலவர், தாம் உணர்த்த விரும்பும் ஒன்றை நேரே வெளிப்படையாக உணர்த்தா- மல், மறைத்துப் புலப்படுத்துதல் கலைத்திறமையாகும். அதனால் உணர்த்த விரும்- புவதை உள்ளத்தில் நன்கு பதிய வைக்க முடிகிறது. அவ்வாறு மறைத்து உணர்த்- தப்படும் குறிப்புப்பொருள் வியஞ்சனம் என்பர் வடநூலார். குறிப்புப்பொருள் எந்தப் பாட்டில் மற்ற பொருளினும் சிறந்து விளங்குகிறதோ, அந்தப்பாட்டே தலையானது (உத்தமம்) என்பர். குறிப்புப்பொருள் மற்ற பொருளுக்கு நிகராக அமையும் பாட்டு இடைப்பட்டது (மத்திமம்) என்பர். குறிப்புப் பொருள் இல்லாத சித்திரகவி முதலா- னவற்றை வடநூலார் கடைப்பட்டன (அதமம்) என்பர்" என விளக்கம் கூறுகின்- றார்.

மேற்கண்ட கருத்துப்படி உள்ளுறைப் பயன்பாட்டின் தேவையை தெள;ளிதின் உணர முடிகிறது. உண்மையை நேராக வெளிப்படுத்த முடியாத சூழலில் உள்ளு- றையாக தெய்வம் அல்லாத கருப்பொருள்கள் அமைந்து உறுதுணையாக உள்ளன.

குறிப்புதவி நூல்கள்

1. ஐங்குறுநூறு (மூலமும் உரையும்) — ஒளவை சு. துரைசாமிப்பிள்ளை உரை

2. தண்டியலங்காரம் - கொ. ராமலிங்கத் தம்பிரான் உரை

3. தொல்காப்பியம் - இளம்பூரணர் உரை

4. சிலப்பதிகாரம் - சு. செல்லப்பன் உரை

5. இலக்கிய மரபு — மு. வரதராசன்

6. ஒப்பிலக்கிய நோக்கில் சங்ககாலம் - கதிர் மகாதேவன்

8

இயற்கையும் மனிதனும்

உலகில் வாழும் உயிரினங்கள் அனைத்தும் இயற்கைக்குக் கட்டுப்பட்டவையே ஆகும். இந்தச் சிந்தனையை உணராதவர்களாக இன்றைய தலைமுறையினர் உள்ளனர். இவ்வுலகில் காணப்படும் எந்தவொரு பொருளும், உயிரும் இயற்கை-யின் துணையின்றி உருவாவதில்லை. இயற்கையைச் சீரழித்து அதற்கு மாற்றா-கவே செயற்கை உருவெடுத்துள்ளது. அக்கால மாந்தர்களின் வாழ்வில் இயற்கை முன்னிலைப் படுத்தப்பட்டது. மனிதன் நோய்நொடியின்றி நீண்ட காலம் வாழ்வதற்-கான படிப்பினையை இயற்கை நல்கியது. அவ்வகையில் இயற்கையும் மனிதனும் ஒருங்கே செயல்பட்ட தன்மையை விளக்கி ஆராய்வதாக இக்கட்டுரை அமைகி-றது.

இறைவனான இயற்கை

இயற்கையோடு இயைந்து வாழப் பழகிய மனிதர்கள், அவ்வியற்கையை தெய்-வமாக வணங்கிப் போற்றினர். இவ்வுலகில் நடக்கும் எல்லாச் செயல்களும் இயற்-கையின் ஆளுகைக்கு உட்பட்டவை என்ற கொள்கையுடையவர்களாக விளங்கி-னர். நிலம், நீர், நெருப்பு, காற்று, ஆகாயம் ஆகிய பஞ்சபூதங்களின் இயக்கம் பூமியை நிலைநிறுத்தியுள்ளதை உணர்ந்து வணங்கத் தொடங்கினர். உருவ வழி-பாடு தொடங்குவதற்கு முன்பாகவே இயற்கை வழிபாடு தொடங்கி விட்டது. மனி-தனின் ஆதி வழிபாடு இயற்கை வழிபாடாகத் திகழ்ந்தது. இன்றும் நம்முடைய வழிபாடுகளில் இயற்கையின் இன்றியமையாமையை உய்த்துணர்ந்து நோக்கின் அறிந்து கொள்ளலாம்.

காப்பியத்தின் தொடக்கத்தில் கடவுள் வாழ்த்துக் கூறுவது இலக்கிய மரபு. ஐம்பெருங்காப்பியங்களில் முதன்மையாக வைத்துப் போற்றப்பெறும் சிலப்பதிகாரக் காப்பியத்தில் கடவுள் வாழ்த்தாக இயற்கை வழிபாடு விளங்கியிருந்ததை அறியமு-டிகிறது. காப்பியத்தின் தொடக்கத்தில் இடம்பெற்றுள்ள மங்கல வாழ்த்துப் பாடலில்

இறையாக இயற்கை போற்றப் பெற்றுள்ளதை உணரமுடிகிறது.

" திங்களைப் போற்றுதும்! திங்களைப் போற்றுதும்!

கொங்கு அலர்தார்ச் செ ன்னி குளிர் வெண்குடை போன்று இவ்

அங்கண் உலகு அளித்தலான்..." - (சிலப்பதிகாரம்- மங்கல வாழ்த்துப் பாடல்- 1-3)

கடவுளாக சந்திரன், கதிரவன், மழை ஆகியவற்றை மக்கள் வணங்கி வந்த நிலையை இளங்கோவடிகள் புலப்படுத்தியுள்ளார். இயற்கையை கடவுள் தன்மை- யில் வைத்து போற்றியுள்ளதை அறியலாம். இயற்கையின் மேலிருந்த பக்தியும், அச்சமும், இன்றியமையாமையும் மக்களை வணங்கத் தூண்டியது. உருவ வழி- பாட்டிற்கு முன்னதாக இயற்கை வழிபாடு (அருவ வழிபாடு) தோன்றியிருக்கிறது. இன்றும் சிலர் காலையில் குளித்து முடித்து சூரியனை வணங்குவதைக் காணமு- டிகிறது. இவ்வழிபாட்டை இயற்கை வழிபாட்டின் எச்சமாகக் குறிப்பிடலாம். உருவ வழிபாட்டில் பூவும் நீரும் கொண்டு இறைவனை வழிபடும் பூசை முறை இயற்கை- யின் முக்கியத்துவத்தை முன்னிலைப் படுத்தியுள்ளது.

சைவ சமயத்தினர் வழிபடும் கடவுளாக விளங்கிய சிவபிரான் வழிபாடு அரு- வுருவ வழிபாடாகும். லிங்க வடிவில் உள்ள இறைவனை பஞ்சபூதத்தின் வடிவாகக் கருதி பஞ்சலிங்கமாய் சிவ வழிபாடு மேற்கொள்ளப்பட்டு வருகிறது. ஐந்து திருத்- தலங்கள் சிவபெருமான் இயற்கை நிலையில் திகழ்வதாகவும் பஞ்சபூதங்களாகத் திகழ்வதாகவும் குறிக்கப்படுகிறது.

" பாரிடை யைந்தாய்ப் பரந்தாய் போற்றி

நீரிடை நான்காய் நிகழ்ந்தாய் போற்றி

தீயிடை மூன்றாய்த் திகழ்ந்தாய் போற்றி

வளியிடை யிரண்டாய் மகிழ்ந்தாய் போற்றி

வெளியிடை யொன்றாய் விளைந்தாய் போற்றி " - (திருவாசகம் - போற்றித் திருவகவல்- 137-141)

சிவபிரான் ஐம்பூதங்களின் வடிவாய் வீற்றிருக்கிறார் என்பதை உலக மக்க- ளுக்கு அறிவுறுத்துதல் பொருட்டு சிதம்பரத்தில் ஆகாய லிங்கமாகவும், காளஹஸ்- தியில் வாயு லிங்கமாகவும், திருவண்ணாமலையில் அக்னி லிங்கமாகவும், திரு- வானைக்காவில் அப்பு (நீர்) லிங்கமாகவும், காஞ்சிபுரத்தில் பிருதிவி (நிலம்) லிங்கமாகவும் அருள்பாலிப்பதாக சான்றோர்களால் கூறப்பட்டுள்ளது. ஐம்பூதங்கள் தோன்றிய பின்னர் உயிர்களின் தோற்றம் நிகழ்ந்திருக்கிறது.

இயற்கை உயிர்களை வாழ்விப்பதற்காகத் தோன்றியது. ஒரு நாட்டின் மன்- னனும் மக்களை வாழ்விக்கும் இறைவனாகக் கருதப்பட்டான். 'மன்னன் உயிர்த்தே மலர்தலையுலகம்' எனக் கூறப்பட்டது. மன்னனை இறைவனாகப் பார்த்தது மட்டு- மின்றி இயற்கையாகவும் பார்த்த நிலையைப் பாடலொன்று குறிப்பிட்டுள்ளது.

" மண் திணிந்த நிலனும்
நிலம் ஏந்திய விசும்பும்
விசும்பு தைவரு வளியும்
வளித் தலைஇய தீயும்
தீ முரணிய நீரும், என்றாங்கு
ஐம்பெரும் பூதத்து இயற்கைபோலப்..." - (புறநானூறு- 2)

பாரதப் பெரும்போர் நடந்த காலத்தில் போரில் ஈடுபட்டோருக்குப் பெருஞ்சோ-றளித்துப் புகழ் பெற்றவன் உதியன் சேரலாதன். அவன் பொறுமையில் நிலமாக-வும், ஆராய்வதில் ஆகாயமாகவும், வலிமையில் காற்றைப் போலவும், பகைவரை அழிக்கும் காலத்தில் நெருப்பைப் போலவும், அருள் புரிவதில் நீரைப்போலவுமென ஐம்பெரும்பூதத்தின் தன்மை கொண்டவனாக சேரன் திறம்படச் செயலாற்றியுள்ள பான்மை இயற்கையோடு இயைத்துக் கூறப்பட்டுள்ளது.

உறவான இயற்கை

" காக்கைக் குருவி எங்கள் சாதி நீள்கடலும் மலையும் எங்கள் கூட்டம்" எனப்பாடி இயற்கையை உறவாகப் பார்த்தவர் பாரதியார். சங்க இலக்கியங்களில் இயற்கையை தன் இனமான உயிராகக் கருதி அக்கால மாந்தர்கள் வாழ்ந்ததை உய்த்துணர முடிகிறது. ஒரறிவு உயிர் முதலாக விளங்கும் இயற்கையின் படைப்-பையும் அதனோடு மனித இனம் கொண்டுள்ள பற்றினையும் பாடல்கள் பதிவு செய்துள்ளன.

" விளையாடு ஆயமொடு வெண்மணல் அழுத்தி
மறந்தனம் துறந்த காழ்முளை அகைய
நெய்பெய் தீம்பால் பெய்துஇனி வளர்ப்ப
நும்மினும் சிறந்தது நுவ்வை ஆகும் என்று
அன்னை கூறினள் புன்னையது சிறப்பே!..." - (நற்றிணை- 172)

தலைவன் நீண்ட காலம் களவு வாழ்க்கை வாழ்வதிலேயே பெருவிருப்புக் கொண்டவனாக இருந்தான். மணமுடிக்கும் எண்ணம் அவனுக்கு இல்லை. அச்சூ-ழலில் தலைவி, தோழியிடம் தன் மனக்குறையைக் கூறினாள். தலைவனை வரை-வுக்கு உடன்படச் செய்ய தோழி யோசனை செய்தாள். சிறிது நேரத்தில் தலைவன் தொலைவில் வருவதை தோழி பார்த்துவிட்டு தலைவியை ஓரிடத்தில் மறைந்து கொள்ளக் கூறிவிட்டு தானே தலைவனிடம் பேசத் தயாரானாள். தலைவன் அவ்-விடத்திற்கு வந்து சேர்ந்தான். தலைவனின் கண்கள் தலைவியைத் தேடின. தலை-வியைக் காணவில்லை எனக் கேட்க, தோழி தலைவனிடம் பின்வருமாறு கூறி-னாள். " தலைவனே! தோழியர் கூட்டத்துடன் வெண்மணலில் விளையாடிய பொழுது புதைத்து, மறந்து போன புன்னங்கொட்டை முளைத்து விட்டது. நெய்-யும் பாலும் ஊற்றி அப்புன்னையை வளர்த்தோம். ஒருநாள் இதனைக் கண்ட எம்

அன்னை புன்னையைக் காட்டி, இது உங்களுக்கு சகோதரி போன்றது எனக் கூறி-னாள். அப்படிப்பட்ட புன்னையாகிய இச்சகோதரியின் முன்னிலையில் உன்னுடன் பழகுவது அவளுக்கு வெட்கத்தைத் தருகிறது". எனச் சொல்லி தலைவியைச் சந்-திக்க இயலாது என்பதைக் குறிப்பால் உணர்த்தி, அவளை மணந்து கொள்ளு-தலே வழி எனத் தலைவன் நினைக்கும்படி செய்தாள். இப்பாடலில் ஓரறிவு உயி-ரான புன்னை மரத்தை தம் சகோதரியாக பாவித்த நிலைமை தோழியின் கூற்றில் வெளிப்பட்டுள்ளது.

இன்றைய சூழலில் மரங்களை வெட்டி, முறையாகப் பெய்ய வேண்டிய மழை-யைத் தடுத்து நிறுத்தி சுற்றுப்புறச்சூழல் மாசுபடக் காரணமாக இருக்கும் மனிதர்-கள், அக்கால மக்கள் இயற்கையை உடன் பிறந்த பிறப்பாகப் பார்த்த நிலையை உணர வேண்டியது அவசியமாகிறது. மேலும் முல்லைக் கொடிக்காக தன்னுடைய தேரினைக் கொடுத்த பாரியின் செய்கையும் இவ்விடத்தில் நினைத்தற்குரியது.

நீதியைச் சொல்லும் இயற்கை

சிலப்பதிகாரக் காப்பியத்தில் ஒரு காட்சி. கோவலன் கொல்லப்பட்டான் என்ற செய்தி கண்ணகியை வந்தடைகிறது. கோவலன் கள்வன் என்ற குற்றச்சாட்டினால் இறந்துபட்டான் என்ற செய்தி கண்ணகியின் துயரை மேலும் அதிகப்படுத்திவிட்-டது. கணவன் நல்லவன் என்பதையறிந்திருந்தாலும், எவரிடமாவது உண்மையைக் கேட்டுத் தெரிந்து கொள்ள வேண்டும் என்கிற எண்ணம் கண்ணகியின் ஆழ்மன-தில் எழுகிறது. அச்சூழலில் கண்ணகி,

" காணிகா

வாய்வதின் வந்த குரவையின் வந்து ஈண்டும்

ஆய மடமகளிர் எல்லீரும் கேட்டிமின்

ஆய மடமகளிர் எல்லீரும் கேட்டைக்க

பாய் திரை வேலிப் படுபொருள் நீ அறிதி

காய் கதிர்ச் செல்வனே! கள்வனோ என் கணவன்? - (சிலப்பதிகாரம்- துன்-பமாலை- 46 - 51)

குரவை ஆட அங்கு வந்திருந்த பெண்களிடம், " இடைக்குலப் பெண்டிர் எல்-லோரும் கேளுங்கள், பரந்த அலைகளுடைய, கடலை வேலியாக உடைய இவ்வு-லகத்தில் எல்லாப் பொருள்களின் செயல்களையும் நீ அறிவாய், ஆதலான், கதிர்-களையுடைய கதிரவனே என் கணவன் கள்வனா? " என நீதியைச் சொல்லும் இயற்கையாகிய கதிரவனிடம் கேள்வி எழுப்புகிறாள். கதிரவன், " உன் கணவன் கள்வன் இல்லை; இவ்வூரை நெருப்பு உண்ணும்" எனக் கூறினான். உண்மையைச் சொல்லும் ஆளாக கண்ணகி கதிரவனை மட்டுமே நம்பிய நிலை பாடலடிகளில் கூறப்பட்டுள்ளது.

மகளைக் காக்க இயற்கையை வேண்டல்

தலைவனுடன் தலைவி சென்றுவிட்டாள். இச்செய்தி தலைவியையத் தாய் போல் வளர்த்த செவிலியை அடைகிறது. மகளின் பிரிவு வருத்தத்தையளிக்கிறது. இருப்பினும் தலைவனுடன் தலைவி சென்ற வழியில் எந்தத் தீங்கும் நேரக்கூடாது என வேண்டிக்கொள்வதாகப் பாடலொன்று அமைந்துள்ளது.

" ஞாயிறு காயாது மரநிழற் பட்டு

மலைமுதற் சிறுநெறி மணன்மிகத் தாஅய்த்

தண்மழை தலையின் றாக நந்நீத்துச்

சுடர்வாய் நெடுவேற் காளையொடு

மடமா அரிவை போகிய சுரனே" - (குறுந்தொகை- 378)

தலைவியானவள் இதுவரை இன்பத்தை மட்டுமேயறிந்திருந்தாள். துன்பம் எப்-படிப்பட்டது என்பதை அறிந்திராதவள். யாவரும் கடந்து செல்ல அஞ்சும் கொடு-மையான பாலை நிலத்தின் வழியே தனக்குப் பிடித்தமான தலைவனுடன் சென்று விட்டாள். வெயிலின் கொடுமையை அனுபவிக்காதவள். அதனால், அவள் செல்-லும் வழியில் ஞாயிற்றின் வெப்பம் படாமல் இருக்க வேண்டினாள். அவள் விளை-யாடுவதற்கு மரநிழல் வேண்டினாள். பரல்கற்கள் நிறைந்த அக்கொடுமையான வழியில் செல்லும் போது அவள் பாதம் நோகும். ஆகவே, மணல் நிரம்பியதாக அமைய வேண்டும். மேலும் குளிர்ந்த மழை பெய்ய வேண்டும் என வேண்டிக்-கொள்கிறாள். இயற்கையால் மட்டுமே நாம் விரும்பக் கூடிய சூழலை ஏற்படுத்திக் கொடுக்க முடியும் என்பதை உணர முடிகிறது.

உவமை காட்டுவதில் இயற்கை

சங்கப்பாடல்களில் இடம்பெறும் உவமைகள் பலவும் இயற்கையோடு தொடர்பு-டையதாக அமைந்திருக்கிறது. மக்களின் எண்ணங்கள் இயற்கையோடு பின்னிப்-பிணைந்துள்ளதை பாடல்களின் வழி அறிய முடிகிறது. இயற்கையும் மனிதனும் பிரிக்க முடியாதது; பிரிக்கக் கூடாதது. மேலும் கவிஞனின் பாடுபொருளில் முதலி-டம் வகிப்பதும் இயற்கையெனக் கூறின் சாலப் பொருந்தும். " 'இயற்கை அரங்கு, மனித அரங்கு ஆகிய இரண்டு களங்களே கவிஞனின் தொழிற்சாலைகள்' என்று ஜே.ஷார்ப் என்ற அறிஞர் கூறினார்". (பழந்தமிழ் இலக்கியத்தில் இயற்கை-ப-12- மு. வரதராசன்) என்ற கருத்து இங்கு நினைகூரத்தக்கது.

புறநானூற்றில் அமைந்துள்ள ஒரு பாடலில் ஆலமரத்தைப் பற்றிய ஒரு செய்தி இடம் பெற்றுள்ளது. முதுமையான அடிமரமொன்று சிதைந்து அழியும் நிலையில் இருந்தது. அப்போது, இளைய பல விழுதுகள் தாங்கி நிற்றலால் பெரிய ஆலமரம் குறை இன்றித் தழைத்தது. இக்காட்சியைப் புலவர் காரிக்கண்ணனார் கண்ணுற்-றார்.

" முழுமுதல் தொலைந்த ஆலத்துக்

கொழுநிலம் நெடுஞ்சினை வீழ்பொறுத் தாங்குத்

தொல்லோர் மாய்ந்தெனத் துளங்கல் செல்லாது

நல்லிசை முதுகுடி நடுக்கறத் தழீஇ..." - (புறநானூறு- 58)

இக்காட்சியின் சிறப்பினை உவமையாக்கிப் பாண்டியன் தான் வயதில் இளமையுடையவனாய் இருப்பினும் தன்னுடைய பழமையான குடி துயரடையா-வண்ணம் பாதுகாவல் செய்த சிறப்பினைப் பாடல் புலப்படுத்தியுள்ளது.

முடிவுரை

இயற்கையானது, இவ்வுலகில் வாழும் உயிர்களைக் காக்கும் ஒப்பற்ற பணியி-னைச் செய்து வருகிறது. பஞ்சபூதங்களாக விளங்கி இவ்வுலகம் இயங்குவதற்குரிய அச்சாணியாகத் திகழ்கிறது. அக்காலத்தில் வாழ்ந்த மக்கள் இயற்கையை தெய்-வமாக, உறவாக, நீதியாக எனப் பலவடிவங்களில் கண்டுணர்ந்து போற்றிப் பாடி-யுள்ளார்கள். இக்காலத்தில் வாழ்வோர் இயற்கையை அழித்து தங்கள் அழிவுக்கு வழிவகுக்கின்றனர். இயற்கையைப் போற்றவில்லையெனினும் அழிக்காமல் பாது-காக்க வேண்டும் என்னும் கருத்தினை இக்கட்டுரை வலியுறுத்துகிறது.

குறிப்புதவி நூல்கள்

1. சிலப்பதிகாரம் - ம. பொ. சிவஞானம் உரை

2. திருவாசகம் - ஸ்ரீமத் சுவாமி சித்பவானந்தர் உரை

3. புறநானூறு - புலியூர்க்கேசிகன் உரை

4. நற்றிணை - ச. வே. சுப்பிரமணியன் உரை

5. குறுந்தொகை - உ. வே. சாமிநாதையர் உரை

6. பழந்தமிழ் இலக்கியத்தில் இயற்கை - மு.வரதராசன்

9

மகாகவி இரவீந்திரநாததாகூரின் சிந்தனைக் களங்கள்

உலகின் வளர்ச்சி இயற்கையின் கைகளோடு ஆகச் சிறந்த மனிதர்களின் கைகளிலும் உள்ளது. மனித மனமானது சிந்தனையின் ஊற்று. அதனைச் சரிவரப் பயன்படுத்திக் கொண்டவர்கள் சிலரே. அவர்களில் தலைசிறந்தவர்கள் வெகு சிலரே. தலைமைப் பண்பால் தலைசிறந்தவர்களாக விளங்கி, காலங்கள் பல கடந்தும் மக்கள் சிந்தனையில் வீற்றிருப்பவர்களாகத் திகழ்கிறார்கள். இத்தனை பெருமைகளுக்கும் தலைமையாகத் திகழ்பவர், வங்கத்திலே தோன்றி நெஞ்சங்களில் நிறைந்திருக்கும் மகாகவி இரவீந்திரநாத தாகூர் ஆவார். தாகூர் என்பவர், இந்திய நாட்டுக்குரிய நாட்டுப்பண் பாடியவர் என்ற அளவில் மட்டும் வைத்துப் பார்ப்பவர்களுக்கு மத்தியில் அவரின் பட்டொளி வீசும் சிந்தனைக் களங்களைப் புலப்படுத்தி ஆராய்வதாகக் கட்டுரை அமைகின்றது.

மகாகவியின் தோற்றம்

இந்தியத் திருநாட்டின் கல்கத்தா மாநகரத்தில் 1861 ─── ஆம் ஆண்டில் தாகூர் என்னும் பெயருடைய புகழ்பெற்ற நற்குடியில் மே மாதம் ஏழாம் நாள், தேவேந்திரநாத தாகூர் - சாரதா தேவி இணையருக்கு பதினான்காம் குழந்தையாக, கடைசிப்பிள்ளையாகப் பார்போற்றும் மகாகவி இரவீந்திரநாத தாகூர் தோன்றினார். சில நேரங்கள் அன்னையின் பராமரிப்பிலும் பல நேரங்களில்; பணியாளர்கள் பராமரிப்பிலும் வளர்ந்து வந்தார். உடன்பிறப்புகள் வயதில் மூத்தவர்களானதால் சிறுவனாக இருந்த தாகூரால் நெருங்க இயலவில்லை. அருகில் சென்றால், '' நீ

நல்ல பையன் அல்லவா? போ, போ. அங்கே போய் விளையாடு" என்று அனுப்பி விடுவார்கள். வளமான குடும்பத்தில் பிறந்தும், பாசம் என்னவோ, பணியாளர்களி-டமிருந்துதான் அதிகம் கிடைத்தது. தோட்ட வேலை செய்பவர்கள், இன்ன பிற வேலை செய்பவர்கள் இவர்களிடம் கதை கேட்டும், சில நேரங்களில் அம்மா, அத்தையிடமும் கதை கேட்டு வளர்ந்தார். தேவேந்திரநாத தாகூரிடம் கணக்கராகப் பணியாற்றி வந்த கைலாசம் ஆகியோரிடம் கதை கேட்டு வளர்ந்தார்.

பள்ளி செல்ல ஆரம்ப காலத்தில் மிகவும் விரும்பினார். பள்ளி சென்ற பின் கற்பி;த்தலில் புதுமையை எதிர்பார்த்து பள்ளிப் படிப்பைக் கைவிட்டார். பள்-ளிக்கல்வி வீட்டிலேயே இருந்த தாகூருக்கு மகிழ்ச்சியாக இராமல் இன்னுமொரு சிறைச்சாலையாக இருந்தது. தாகூருக்கு ஒன்பது வயதான போது படிப்பு கட்-டாயமாக வற்புறுத்தப்பட்டது. எளிமையான வாழ்க்கை வாழ்ந்த தாகூரின் தந்தை அடிக்கடி வெளியூர்ப் பயணம் செல்லும் வழக்கமுடையவராக இருந்ததால், இரு-பத்தைந்து வயதுடைய அண்ணன் ஹேமேந்திரநாத தாகூர் என்பவர் வீட்டிலிருக்-கும் பிள்ளைகள் படிக்கவேண்டும் என்பதற்காகத் தனிப்பாடம் கற்றுக் கொடுக்க ஒரு ஆசிரியரை வரவழைத்துக் கற்றுக் கொடுத்தார். வங்காள மொழி தாய்மொழி-யாக இருந்த போதிலும் ஆங்கிலத்தில் கற்பித்தல் பெருமையானதாகக் கருதப்பட்டு, கற்பிக்கப்பட்டது. தாகூர் ஆங்கிலம் கற்றுக்கொண்டாலும் தன் தாய்மொழியான வங்-காள மொழியை அதிகம் விரும்பினார். பல மொழிகள் கற்றவராக இருப்பினும் இறுதிக்காலம் வரையிலும் தாய்மொழியின் வைத்திருந்த ஈடுபாடு அதிகரித்ததே தவிர குறையவேயில்லை.

இயற்கையில் இணைந்த இதயம்

இரவீந்திரநாத தாகூருக்கு இயற்கையின் மீது சிந்தனை தோன்றியது. அதன் அழகைக் காணும்போதெல்லாம் பரவசமடைவார். காலை நேரத்தில் பசும்புல்லில் தோன்றும் பனித்துளி, மெல்லிய பூங்காற்று, மழை, பறவைகள், விலங்குகள் ஆகி-யவற்றை மிகவும் விரும்பினார். வானில் காணும் காட்சிகள் என அனைத்தும் அவருக்குள் கவிதை என்னும் சிந்தனையை வேரூன்றச் செய்தது. பணியாளர்கள் பந்தலமைக்கக் குழி தோண்டும் போது, அதை ஆழ்ந்து கவனிப்பார். இன்னும் ஆழமாகத் தோண்டினால் ஏதாவது புதுமைகள் தோன்றுமா? கீழுலகம் தெரியுமா? என்றெல்லாம் சிந்திப்பார். கற்பனை உலகில் பெரும்பாலும் தனியாக இருப்பார்.

மகாகவியின் வீட்டில் பயன்படுத்தப்படாத பல்லக்கு ஒன்று இருந்ததாம். அதில் ஏறி அமர்ந்து கதவை மூடிக்கொள்வாராம். அவருடைய கற்பனை விமானம் பறக்க ஆரம்பித்து விடும். தான் கேட்ட கதைகள், பார்த்த இயற்கைக் காட்சிகள் ஆகி-யவற்றைக் கற்பனையோடு கலந்து ஆறு, மலை, கடல், பாலைவனம் எல்லாம் சென்று பார்ப்பார். கடலைக் கண்டால் கற்பனை விமானம் (பல்லக்கு) கப்பலாகி கடலுள் பயனிக்கும். ஆற்றைக் கண்டுவிட்டால் ஓடமாக மாறிவிடும;. இச்சிங்-

தனைகள் அவருக்குள் இருக்கும் மகாகவிஞனை உலகிற்கு அடையாளங்காட்டத் தயாரானது.

தனிப்பாடம் கற்றவரை மீண்டும் பள்ளியில் சேர்த்தனர். பதினொரு வயதில் அவர் பள்ளியில் எழுதிய கவிதையைப் படித்துப் பார்த்த தலைமையாசிரியர் வெகுவாகப் பாராட்டினார். தாய்மொழியான வங்கமொழி அவரை மேலோங்கச் செய்தது. தாகூரின் தந்தை அவரின் கவிதைகளில் வரும் வங்கமொழியில் உள்ள அருஞ்சொற்களைக் கண்டு வெகுவாகப் பாராட்டி, தன்மகன் கவிதை உலகில் வெற்றிக்கொடி நாட்டுவான் என்பதைப் புரிந்து கொண்டார். தாகூரின் வீட்டில் அறிவார்ந்த செயல்பாடுகள் அதிகம் இருக்கும். மிகப்பெரிய அறிஞர்கள் , பேச்-சாளர்கள் ஆகியோருடன் அண்ணன்மார்கள் கலந்துரையாடிக் கொண்டிருப்பதைப் பார்;ப்பாhர். இவையல்லாம் தாகூரின் புலமைக்கு வழிகாட்டின. அண்ணன்மார்-கள் சில சமயங்களில் வீட்டுக்குள்ளேயே நாடகம் நடித்து மகிழ்வார்கள். நாடகம் பார்த்தால் சிறுகுழந்தைகளின் கல்வி பாதிக்கும் எனக் கருதி தாகூரைப் போகச் சொல்வர். மகாகவியோ மறைந்திருந்து பார்த்து ரசிப்பார். பிற்காலத்தில் மிகப்பெ-ருந் தலைவர்கள் இரவீந்தரநாத தாகூரின் நாடகங்களைக் கண்டு பாராட்டுவதற்கு களமாக அண்ணன்மார்கள் நடத்திய நாடகம் விளங்கியது.

தந்தையுடன் வெளியூர் பயணங்கள் மேற்கொள்வது தாகூரு;குப் பிடித்தமா-னதாக இருந்தது. தந்தையி;ன் சாந்திநிகேதன் ஆசிரமம் , இமயமலை சார்ந்த பகுதிகளுக்குச் செல்வது விருப்பமானதாக இருந்தது. மகாகவி காளிதாசரின் காவியங்கள் படிக்கப் படிக்க இனிமையை நல்கியது. தாகூருக்குள் கவிதை, நாட-கம் போன்ற கலையுணர்வுகள் ஊற்றெடுக்க ஆரம்பித்தன. தந்தையின் மூலமாக வானியல் அறிவும் புலப்பட்டது. தாகூரின் சிந்தனைகள் விரிவடைய இவையெல்-லாம் அடித்தளமாக விளங்கின.

தாகூரின் கீதாஞ்சலி

மகாகவி இரவீந்திரநாத தாகூருக்கு 1913 -இல், அவர் படைத்த அமர இலக்-கியமான 'கீதாஞ்சலி'க்கு நோபல் பரிசு கிடைத்தது. இந்தியா தனது முதல் நோபல் பரிசைப் பெற தாகூர் காரணமாயிருந்தார். எத்தனையோ சிறந்த படைப்புகளை படைத்திருப்பினும் ' ஒரு பானை சோற்றுக்கு, ஒரு சோறு பதம்' என்பதற்கிணங்க 'கீதாஞ்சலி'யைக் குறி;ப்பிடலாம். மகாகவியை நேரில் சந்தித்த வி.ஆர்.எம். செட்-டியார் அவர்கள் மூலமாகவே, 1945 -இல் கீதாஞ்சலி தமிழ் கூறு நல்லுலகத்தின் கைகளுக்குக் கிடைத்தது.

கீதாஞ்சலி இலக்கியத்தைப் படித்தவர்கள், " வங்க நாடு, வைணவ பக்தி மரபு கொண்டது. இந்த வைணவ மரபின் அடிப்படையும், 'பௌல்ஸ்' என்ற வங்க நாடோடிப் பாடகர்களின் வீச்சும், வடமொழி உபநிடதங்களின் அம்சங்களும், விவி-லியத்தில் உள்ள சாமோனின் உன்னதப் பாட்டின் சாயல் படிந்த பாடல்களும்

தென்படுகின்றன.'' என்கிறார்கள். ஆனால் 'கீதாஞ்சலி' எந்த சமய வேலிக்குள்-ளும் அகப்படாமல், தனித்துத் தலை நிமிர்ந்து நிற்கிறது என்ற கருத்தும் பரவலாக விளங்கியது.

கடவுளை வணங்கச் செல்பவர்கள், தங்களுக்கு வாழ்க்கையில் என்ன தேவையோ? அதையே கடவுளிடம் வேண்டிக் கொள்கிறார்கள். மற்றபடி கடவுளி-டம் வேண்டிக் கொள்ள என்னவிருக்கிறது என்பது பெரும்பாலானவர்களின் எண்-ணமாக இருக்கிறது. தாகூரின் சிந்தனை மற்றவர்களிடமிருந்து மாறுபட்டிருக்கிறது. கடவுளை நண்பனாக, தலைவனாக, தன்னோடு வாழ்கின்றவனாகப் பாடுகின்றார். இங்கு வேண்டுதல்கள் என்று எதுவுமில்லை. தனக்கு கிடைத்தவற்றிற்கான நன்றி நவிலலாகவே சிந்தனைகள் வெளிப்பட்டுள்ளன.

" என்னை நீ எல்லையற்றவனாகப் படைத்திருக்கிறாய்...

அவ்வளவு அருள் நிறைந்தவன் நீ.

இந்த பலவீனமான பாத்திரத்தை, நீ

காலி செய்துகொண்டே இருக்கிறாய்;

அப்புறம் இதை நிறைத்துக் கொண்டே இருக்கிறாய்,

புத்தம் புதிய வாழ்வு கொண்டு''

என்ற கவிதை மகாகவியின் சீரிய சிந்தனைகளை வெளிப்படுத்தியுள்ளன. நந்-தமிழகத்து மகாகவியான சுப்பிரமணிய பாரதியாரின் சிந்தனைகள் பலவற்றோடு இரவீந்திரநாத தாகூரின் சிந்தனைகள் ஒத்துப் போகின்றன.

தீதும் நன்றும்

சங்க நூல்களுள் ஒன்றான புறநானூற்றில், " தீதும் நன்றும் பிறர்தர வாரா'' எனச் சொல்லப்பட்டுள்ளது. மனித வாழ்க்கையில் ஏற்படுகின்ற தீமைக்கும் நன்-மைக்கும் அவரவர்களே பொறுப்பாவர். மற்றவர்களைச் சுட்டிக்காட்டி யாதொரு பயனுமில்லை என்ற கருத்து உலகெங்கும் பரவலாக ஏற்றுக்கொள்ளப்பட்டதாகும். தாகூரின் கவிதையொன்றில் இக்கருத்து ஒரு கைதியின் வாக்குமூலமாக வெளிப்-பட்டுள்ளது. கைதியிடம் கேள்வி கேட்க, பதில் சொல்வதாகப் புனையப்பட்டுள்ளது.

" கைதியே! உன்னைச் சிறை வைத்தது யார்?''

" எனது எஜமானன். உலகில் உள்ள அனைவரையும் விட

செல்வத்தாலும், அதிகாரத்தாலும் மேம்பட

நான் செல்வம் குவித்தேன். அரசனுக்கு

வரி கொடுக்காமலும் சேர்த்தேன்.''

கேள்விக்கான பதில் கைதியிடமிருந்து வெளிப்படுகிறது. கை விலங்கினால் பிணைக்கப்பட்ட கைதியால் அந்த விலங்கினை உடைத்து வெளியே வர முடிய-வில்லை. வலுவாக இருந்தது. எப்படி இவ்வாறு இருக்கிறது எனக் கேட்கப்பட்-போது, பதிலும் கைதியிடமிருந்து வெளிப்பட்டது.

" கைதியே! தகர்க்க முடியாத உன் கை விலங்கைச்
செய்தது யார்? சொல்!"
" அது நானேதான்!
உலகையே அடிமைப்படுத்தவும், என் சுதந்திரத்தைப்
பாதுகாக்கவும், நான்தான் கவனமாக
என் மேலான ஆற்றல் கொண்டு உருவாக்கினேன்"

இந்த உலகில் எதுவும் நம்மை மீறி நடப்பதி;ல்லை. நம்மிடமிருந்தே நடக்கின்-
றது. வாழ்க்கையின் நிலைகளில் நாமாகவே நம் கை விலங்கினை உருவாக்கிக்
கொண்டு அகப்பட்டுக் கிடக்கிறோம். நம்மால் உருவாக்கப்பட்ட கை விலங்கு நம்-
மைத்தான் பிணைக்கும். பிறகு நாமே கைதியாகி தண்டனையை அனுபவிக்க
வேண்டும். மனித வாழ்க்கையின் எதார்த்தத்தை ஒரு கைதியின் வாக்குமூலமாக
தாகூர் பதிவு செய்திருக்கிறார். நமக்குள் இருக்கும் ஆக்க சக்திகளை நன்மைக்-
கானதாக உருவாக்க வேண்டும். அழிவுக்கானதாக உருவாக்கினால், " தன்வினை
தன்னைச் சுடும்" என்ற உண்மையைப் புரிய வைத்துவிடும். உலகினை அடிமைப்-
படுத்தவும், தன் சுதந்திரத்தைப் பாதுகாக்கவும் என்ற கைதியின் பதிலிலுள்ள தன்-
னலம் பிறரை அடிமைப்படுத்துவதற்கான கை விலங்கினை உருவாக்கி, இறுதியில்
செய்தவனையே கைது செய்துவிட்டது.

வாழ்வின் நிறைவே மரணம்

உலகில் பிறந்த உயிர்கள் ஒவ்வொன்றும் ஒரு நாள் இறப்பது உறுதி. மரணம்
என்பதை இவ்வுலகில் யாரும் வரவேற்பதில்லை. மரணத்தை விரும்பும் மனநிலை-
யுள்ளவர்கள் இவ்வுலகில் மிகவும் குறைந்த அளவே உள்ளனர். ஞான நிலையை
அடைந்தவர்கள் மட்டுமே வரவேற்பவர்களாக இருப்பர். தாகூரின் கவிதையொன்-
றில் மரணத்தை விரும்பும் மனநிலை வியப்பளிக்கிறது.

" மரணமே, என் மரணமே! வாழ்வின் நிறைவே!
வா! வந்து என் காதோடு பேசு!
ஒவ்வொரு நாளும் நான் உனக்காகவே காத்திருந்தேன்
வாழ்வின் இன்ப துன்பங்களை
நான் உனக்காகவே தாங்கி வந்தேன்"

மரணம் என்பது வாழ்வின் இயல்பென்பதை புரிந்து கொண்டவர்கள், இன்ப
துன்பங்களை வரவேற்கவோ, மறுக்கவோ செய்யமாட்டார்கள். எதையும் ஏற்றுக்-
கொள்ளும் மனநிலையே மரணத்தை எதிர்கொள்வதற்கான உத்வேகத்தை ஒவ்-
வொருக்குள்ளும் உருவாக்குகிறது. வாழ்வின் நிறைவாக மரணத்தைக் கவிஞர்
கருதுகிறார். பொன், பொருள் சம்பாதித்து, தனக்கான கடமைகளையெல்லாம்
நிறைவேற்றி, நூறாண்டுகள் வாழ்வதும் நிறைவைத் தராது என்பதை கவிதையின்
போக்கு நமக்கு உணர்த்தி விடுகிறது. வாழ்வின் நிறைவு மரணம் என்பதை அழுத்-

தமாகப் பதிவு செய்துள்ளார் தாகூர்.

ரவீந்திரநாத தாகூர் வளமான குடும்பத்தில் பிறந்தவர் எனினும் அவரது வாழ்-வில் கண்ட மரணங்கள், வாழ்வின் நிறைவாக மரணத்தைக் கருதியிருக்க காரணம் என்றெண்ணத் தோன்றுகிறது. ஏழ்மையை அறிந்ததில்லை. ஆனால் மரணத்தை அருகில் இருந்து பலமுறை பார்த்திருக்கிறார். தனது பதினான்காம் வயதில் தாயின் மரணத்தைப் பார்த்தார். அக்காட்சியைக் கண்டபோது, அவர் கவலையும் அச்-சமும் கொள்ளவில்லை; உடலானது அடக்கத்திற்குக் கொண்டு செல்லப்பட்ட போது, மிகுந்த துயரத்தை அடைந்தார். தாயின் மரணம், மனைவியின் மரணம், மகனின் மரணம் எனப் பலவற்றையும் தன் வாழ்நாளில் கண்டுகொண்டேயிருந்-தார். மரணங்களைக் கண்டு, அதன் பின்னர் ஏற்பட்ட மனநிலையில் இயல்பாக எடுத்துக்கொண்டதாக எண்ண இடமுண்டு.

மரணத்தை காதலியை விரும்புவதைப் போல் கவிதையில் எழுதியுள்ளார். இதுதான் மகாகவியாக பரிணமிக்க இடமளித்ததாக கொள்ள இடமுண்டு.

" உனது கடைக்கண்ணின் ஒரு கடைசிப் பார்வையி;ல்

எனது வாழ்வு உனதாகும்"

என்ற வரிகள், மரணம் பற்றி இருக்கும் உயிர்களின் எண்ணங்களையெல்லாம் மண்ணுக்குள் புதைத்துவிட்டு, விண்ணை நோக்கிக் கொண்டு செல்வதாக அமைந்-துள்ளது.

" அந்த நாள் வரும்

இந்த பூமி என் பார்வையிலிருந்து மறையும்

அந்த நாள் வரும்.

அன்று என் வாழ்வு

என் கண்களின் மீது திரையைப் போட்டுவிட்டு

மௌனமாய் விடைபெற்றுக் கொள்ளும்"

என்ற சிந்தனை வாழ்வின் ஒட்டுமொத்த அனுபவங்களையும் உள்வாங்கிப் புலப்படுத்தி விடுகிறது. மேலும் நண்பர்களிடமிருந்தும் மற்றவர்களிடமிருந்தும் விடைபெற்றுச் செல்லும் கடைசி நிகழ்வில் வாழ்த்துக்களைச் சொல்லுங்கள் என்ற கோரிக்கை வைக்கின்றது.

என் சமயம் மனிதன் என்பதே!

கவிஞர் இரவீந்திரநாத தாகூரின் தந்தையார், பிரம்மசமாஜம் என்ற அமைப்பை உருவாக்கியவர்களில் ஒருவராகத் திகழ்ந்தார். இந்து சமயத்தில் மனிதனை ஆட்-டிப் படைத்துக் கொண்டிருந்த தேவையற்ற மூடப்பழக்க வழக்கங்களை ஒழிக்கும் நோக்கத்தோடு பிரம்மசமாஜம் தோன்றியது. இதன் மூலம் மக்களிடையே மறு-மலர்ச்சியையும் சீர்திருத்தத்தையும் ஏற்படுத்த வேண்டும் என்ற கருத்து அடிப்ப-டையாக இருந்தது. திருமூலர் கூறுவதைப் போன்று, " ஒன்றே குலமும் ஒரு-

வனே தேவனும்" என்பதை மக்களுக்கு உணர்த்த வேண்டும் என்பதை கருவாகக் கொண்டிருந்தது. தாகூரின் தந்தையாரின் காலத்திற்குப் பிறகு அவ்வமைப்பு இல்-லாமல் போனது. கவிஞர் தான் மக்களுக்கு எவ்வகையிலாவது உதவ வேண்டும் என்ற குறிக்கோளோடு " ஆதி பிரம்ம சமாஜம்" என்ற பிரிவுக்குச் செயலராய் விளங்கினார். சமயத்தின் பெயரால் மக்களுக்குள் பிரிவுகள் ஏற்பட்டது. ஒருவ-ரையொருவர் புரிந்து கொள்ள முற்படாததால் தேவையற்ற சண்டைகளும் வீண் வாக்குவாதங்களும் ஏற்பட்டன. இதனால் தான் இருந்த பிரிவிலிருந்து விலகி, " எனக்கென்று ஒரு சமயம் உள்ளது. ' என் சமயம் மனிதன் என்பதே' என்பதில் தெளிவாக இருந்து, இவ்வுலகிற்கு உணர்த்தினார். மனிதனை ஒற்றுமைப் படுத்த முற்படுவதே சமயம் என்பதை உணர்ந்து, தன்னால் இயன்ற அளவு சேவையாற்-றினார்.

இறைவன் எங்கே இருக்கிறான்

ஒவ்வொரு சமயத்திலும் இறைவனை நாம் வழிபடுவதற்கு குருமார்கள் துணை-யாக இருக்கிறார்கள். உண்மையில் அவர்களெல்லாம் இறைவனைக் கண்டிருப்-பார்களா? உறுதியாகக் கண்டிருக்க மாட்டார்கள் என்பது தாகூரின் கருத்தாக அமைந்திருக்கின்றது. பூசை, நைவேத்யம் உள்ளிட்ட எவையும் இறைவனை மனங்குளிரச் செய்யாது. கண்களை மூடிக்கொண்டு, பாடிக்கொண்டு இருப்பதால் மட்டும் எதுவும் நடந்துவிடப் போவதில்லை.

" செபமாலை உருட்டி மந்திரங்கள் ஓதுவதையும்,

தேவ கீதங்கள் பாடுவதையும் விட்டுத் தள்ளு

கபாடங்கள் அடைக்கப்பட்ட இருண்ட கோயிலின்

ஒரு மூலையில் அமர்ந்து நீ

யாரை வழிபாடு செய்து கொண்டிருக்கிறாய்?

கண்களைத் திறந்து பார்!

உன் கடவுள் உன்முன்னே இல்லை!"

மதகுரு, பூசாரி என்று சொன்னால் மட்டும் இறைவன் தன் உருவத்தைக் காட்டிவிடுவதில்லை. அஃது அடையாளமுமில்லை. உங்களுக்கான அங்கிகளைக் கழட்டி விட்டு கீழிறங்கி மக்களை நோக்கி வாருங்கள் என்பதை அறிவிக்கிறார் தாகூர். உண்மை உலகில் இறைவனைக் காணலாம். இறைவன் இருக்குமிடங்க-ளைத் தெரிவிக்கிறார்.

" ஏர் பிடித்து வன்னிலத்தை உழுது வாழும்

ஏற்றமுள்ள உழவர்தம் உழைப்பில் உள்ளான்

பார்விளங்கச் சாலைக்குக் கல்லுடைக்கும்

பாட்டாளிக் கூட்டத்தின் நடுவில் உள்ளான்"

விவசாயிகளின் உழைப்பிலும் கல்லுடைக்கும் தொழிலாளிகளின் கூட்டத்தின் நடுவிலும் இறைவன் இருக்கின்றான் என்கிறார். உழைப்பாளிகளைப் போன்று கடு-மையான வெயிலில் காய்வான், கொட்டித் தீர்க்கின்ற மழையில் நனைவான். என்-பதாக இறைவனைப் பற்றிச் சொல்லி, மதகுரு, போதகர்கள் என்றெல்லாம் இருக்-கின்றவர்கள், தாங்கள் அணிந்திருக்கின்ற புனித ஆடைகளெயெல்லாம் உதறி எறிந்து விட்டு, உழைக்கும் உழைப்பாளிகளைப் போல் தெருப்புழுதி மண்ணுக்கு வரவேண்டும். அவ்வாறு வந்தால் இறைவனைக் காணலாம் என்பதைத் தெளிவு-படுத்துகிறார் தாகூர். மேலும் சிலவற்றை கட்டளைகளாகக் கூறுகிறார். பூசைகள், அர்ச்சனை மலர்கள், நறுமண ஊதுவத்திகள் இவற்றையெல்லாம் உதறி எறிந்து விட்டு வாருங்கள். உங்கள் புத்தாடை அழுக்காகி, கிழிந்தாலும் கவலை கொள்ள வேண்டியதில்லை. உழைக்கின்ற அவனோடு சேர்ந்து நின்று வியர்வை சிந்து எனக் கூறியுள்ளார்.

தொடக்க காலத்தில் தாகூரின் சிந்தனைகள் பிறருக்கு உபதேசம் செய்வதைப் போல்தான் அமைந்திருந்தது. தாகூர் தனக்கான அங்கியினைக் கழற்றி விட்டு, சாதாரண மக்களுக்காகக் கீழிறங்கி வரவில்லை. அதை அவரே ஒப்புக் கொள்கி-றார்.

" திக்கற்ற, தோழமையற்ற
ஏழை எளிய, எல்லாம் இழந்தவருடன்
நட்புக் கொண்டிருக்கும் உன்னைத்
தேடிக் கண்டடையும் வழியை,
என் இதயத்தால் கண்டுகொள்ளவே முடியவில்லை"

தன்னுடைய இதயத்தால் இறைவனைக் கண்டுகொள்ள முடியாததற்கான கார-ணத்தை உணர்ந்திருந்தார். அறிவுப்பூர்வமாக இறைவனைக் கண்டவரால், உணர்-வுப்பூர்வமாக காணமுடியவில்லை. மக்களுக்காக மேலிருந்து கொண்டு மட்டும் சேவை செய்யாமல், அவர்களுடன் கீழிறங்கிச் சேவை செய்யும் நிலை ஏற்ப-டவில்லை. இதனை எண்ணி தாகூர்; தமது இறுதிக் காலத்தில் வருந்தியதை, அவரது கவிதை வரிகள் வெளிப்படுத்தியுள்ளன.

'சர்' பட்டம் துறந்த மகாகவி

அறிவாற்றல் மிக்க இரவீந்திரநாத தாகூரின் வாழ்க்கையில் பொருளாதார நெருக்கடி இல்லையென்றாலும் குடும்ப உறுப்பினர்களின் இழப்பு அவரது மனநி-லையை மாற்றியது. சாந்தி நிகேதனில் அமைதியான மனநிலையைப் பெறுவதற்குச் செயலாற்றி வந்தார். மரணம் என்பதைப் பார்த்துப் பழகிப்போன மகாகவி, அந்த இழப்புகளிலிருந்து மீள சாந்தி நிகேதனை தனது தொண்டுக்குரிய இடமாக மாற்றிக் கொண்டார். தெய்வத்திடம் பற்றுக் கொண்டவராக இருந்த போதிலும் மனிதனை மதித்து நடக்க வேண்டும் என்ற உயரிய நெறியைக் கடைப்பிடித்து வந்தார். 1918

-இல் தாகூரின் மூத்த மகள் மறைந்த வேளையில் துயரிலிருந்து மீண்டு வந்து- கொண்டிருந்தார். இருப்பினும் அவரது மனம் 1919 -இல் பஞ்சாபின் அமிர்த- சரஸில் ஜெனரல் டயர் நடத்திய ஜாலியன் வாலாபாக் படுகொலை நிலையைக் கண்டு மீளாத் துயரை அடைந்தது. ஜெனரல் டயரின் கொடுஞ்செயல் மகாக- வியை வெகுண்டெழச் செய்தது. கல்கத்தாவிற்குச் சென்று தனது எதிர்ப்புணர்ச்சி- யைக் காட்டுவதற்குக் கூட்டம் நடத்த முயற்சி செய்தார். அக்காலத்திய நம் நாட்டு அரசியல் தலைவர்கள் உட்பட யாரும் முன்வரவில்லை. ஆங்கில அரசாங்கத்தின் கோபத்துக்கு ஆளாக நேரிடும் என்றஞ்சிப் பின்வாங்கினர்.

தனிமனிதனாக களத்தில் இறங்கி, பஞ்சாபில் நடந்த படுகொலைக்கு எதிர்ப்புத் தெரிவித்து ஆங்கில அரசாங்க வைசிராய்க்குக் கடிதம் எழுதினார். அதில் ஆங்- கில அரசாங்கம் தனக்குக் கொடுத்த 'சர்' பட்டம் வேண்டாம் எனக் குறிப்பிட்டு பட்டத்தைத் திருப்பி அனுப்பினார். அதில் படுகொலையைத் தான் கண்டித்ததற்கு இந்தியன் என்பது காரணமல்ல. மனிதன் என்ற அடிப்படையில் தான். அநாகரிக- மான முறையில் நடந்து கொண்ட அரசாங்கம் வழங்கிய பட்டத்தையும் மதிப்பை- யும் ஏற்பது தனக்கு அவமானம் என்று கருதியதை அக்கடிதத்தில் குறிப்பிட்டிருந்- தார்.

உழவைப் போற்றிய சிந்தனை

இந்தியாவின் உயிர்நாடியாக கிராமங்கள் அமைந்திருப்பதை உணர்ந்திருந்த மகாகவி கிராம முன்னேற்றமே நாட்டின் முன்னேற்றம் என்பதைச் சிந்தித்திருந்தார். கிராமங்களில் விவசாயம் செழிப்பாக இருக்க வேண்டும். அவ்வாறு விவசாயம் செழிக்க உழவுத்தொழில் இன்றியமையாதது. கிராம முன்னேற்றம் விவசாயம் சார்ந்தது என்பது அவரது கருத்து. அந்த நோக்கத்தோடு தன் மகனான ரதீந்திர- நாதரை உழவைப் பற்றிய மூன்று ஆண்டு கால படிப்பைப் படித்துவர அமெரிக்- காவிற்கு அனுப்பினார். எல்மிர்ஸ்ட் என்ற ஆங்கிலேயர் ஒருவர் தாகூரின் இந்த நன்முயற்சிக்கு உற்ற துணையாகக் கிடைத்தார்.

தாகூர் தாம் உருவாக்கிய விசுவபாரதியில் கற்பிக்கும் கலைகளில் கிராமத் தொண்டையும் சேர்த்திருந்தார். இந்தியத் திருநாட்டில் கிராமங்களில் வளமில்லை- யென்றால் நாடும் வளமடையாது என்பதை அறிந்து கிராமங்கள் முன்னேற்ற- மடைய வேண்டுமென்று அரும்பாடு பட்டார். சாந்தி நிகேதனிலிருந்து இரண்டு மைல் தொலைவில் அமைந்திருந்த சிற்றூர் ஒன்றில் ஒரு வீட்டினை வாங்கி, கிராம மக்களுக்கான தொண்டு செய்வதற்குத் தலைமையிடமாக அதை மாற்றி- னார். பொட்டல் காடுகளாகக் கிடந்த பல இடங்களை மக்களிடம் விழிப்புணர்வை ஏற்படுத்திச் செழிக்கச் செய்தார். இவையன்றி கிராம மக்கள் நோயின்றி வாழ்வ- தற்கும் பொருளாதார நெருக்கடி இல்லாமல் வாழ்வதற்கும் தேவையான வழிவ- கைகளைச் செய்து கொடுத்தார். கிராமத்தில் பணியாற்றும் ஆசிரியர்களின் குறை-

களைக் களைந்து, கிராம மக்கள் கல்வியில் சிறந்து விளங்க வழிகாட்டியானார். கிராமம் மேம்பட இன்னும் என்னென்ன வழிமுறைகள் உள்ளனவோ அவை-யனைத்தையும் கண்டறிந்து சிறப்பாகச் செயல்படுத்தினார்.

நாடு விழிப்புறுக

தாகூர் அடிமைப்பட்டு இருளில் கண் மூடிக்கிடக்கும் தன் தேசத்தை விழிப்-படையச் செய்வதற்கான வழிவகைகளைத் தம் கவிதைகளில் கூறிச் செல்கிறார். அறிவானது சுதந்திரமானதாக இருக்க வேண்டும். அடிமைத்தனத்துக்குள் அடங்-கியிருந்தால் என்ன செய்யமுடியும். அதேபோல் எந்தவொரு செயல்பாட்டையும் மேற்கொள்வதற்கு அச்சம் என்பது எள்ளளவும் இருக்கக் கூடாது. அச்சத்தோடு இருத்தல், அறிவை அடக்கி வைத்தல் ஆகியவை நன்மை பயப்பன அல்ல என்-பதை நன்கு அறிந்திருந்தார். சாதி சமயப் பிரச்சினைகளும் மனிதனை வேட்டை-யாடியிருக்கின்றன. தாகூரின் கவிதையை ஆழ்ந்து நோக்கினால் இந்தியா அடி-மைப்பட்டுக் கிடந்தது ஆங்கிலேயர்களிடம் மட்டுமல்ல, அதற்கு முன்பாகவே சாதி சமய வேறுபாடுகளால் தான் என புரிந்து கொள்ள முடிகிறது. மூடப்பழக்க வழக்-கங்களும் அடிமைத்தனத்தனத்திற்குரிய மூலகாரணங்களுள் ஒன்றாக இருந்திருக்-கிறது. இத்தகைய சூழலில் தாகூர் அடிமைத்தனத்துக்கான காரணங்களை மட்டும் அடுக்கிக்கொண்டு செல்லாமல், அதிலிருந்து மீண்டு சுதந்திரத்தை அடைவதற்-கான வழிகாட்டுதல்களையும் சொல்லிச் சென்றிருக்கிறார்.

> "குறுகிய சாதிசமயப் பிளவுகளால்
> எங்கே உலகம் உடையாமல் இருக்கிறதோ
> எங்கே உண்மையின் அடியாழத்திலிருந்து
> சொற்கள் உதிக்கின்றனவோ,
> எங்கே தளராத முயற்சி
> பூரணத்தை நோக்கிக் கை நீட்டுகிறதோ
> தெளிந்த பகுத்தறிவு நீரோடை
> மூடப் பழக்க வழக்கப் பாலை மணலில்
> பாய்ந்து வற்றாமல் இருக்கிறதோ..."

எனப் பாடிச் செல்லும் போது பகுத்தறிவை தெளிந்த நீரோடையாகவும், மூடப் பழக்க வழக்கங்களை பாலை மணலாகவும் உருவகம் செய்திருக்கிறார். பின்னர் கடவுளாகிய தந்தையை நோக்கி, எங்கே என்றும் விரிந்து நோக்கும் எண்ணத்-திலும் செயலிலும் மனத்தை நீ முன்னின்று அழைத்துச் செல்கிறாயோ அங்கே அந்த உரிமையுள்ள இன்பமான உலகத்தில் என் தந்தையே என் நாடு விழிப்புறுக என கீதாஞ்சலியில் பாடிள்ளார். ஒவ்வொரு பிள்ளைக்கும் அவர்களது தந்தையே வழிகாட்டியாகவும் முன்னோடியாகவும் விளங்குவதால் கடவுளை தனது தந்தை எனக் குறிப்பிட்டிருக்கிறார்.

பெண்ணைப் பற்றிய சிந்தனை

மனிதப்பிறவியில் மகத்துவமான பிறவி பெண் என்ற சிந்தனை தற்காலத்தில் ஓங்கியிருக்கிறது. பெண்ணை ஒரு பொருட்டாகக் கருதாத தலைமுறைகள் சில-வுண்டு. எனினும் தாகூர் தான் வாழ்ந்த காலத்தில் பெருமை பெற்றதாகவே பெண்-ணினத்தைக் கண்டிருக்கிறார். பெண்ணை இவ்விதமாக, அவர் கருதியதற்குக் கார-ணம் யாதெனில், ஆதி சக்தியாக விளங்கும் பெண்ணே உயிரைச் சுமந்து அதற்கு உரமூட்டுபவளாக விளங்குவதுதான். அன்பு, நட்பு, பொறுமை என்னும் இவற்றைச் சொல்லி ஆதிக்கம் செய்வோர் பெண்ணின் பெருந்தன்மையை உலகறியச் செய்ய மறுத்து விட்டார்கள் என்பதை உணர்ந்து சொல்லியிருக்கிறார். மேலும் இயற்கை-யன்னையைப் போன்று செயல்படுபவர்களாகப் பெண்கள் விளங்குகிறார்கள் என்-பதும் அவர்தம் கருத்தாக உள்ளது.

ஆணாதிக்கமே பெண்ணினத்தை அடக்குவதாகச் சொல்கிறார். கல்வியறிவைப் பெண்கள் அடைந்து விட்;டால் நம் நிம்மதியை நாம் இழந்துவிடுவோம் என்ற எண்ணங்கொண்டவர்கள், பெண்கள் கல்வி கற்றுச் சிந்திப்பதை ஏற்றுக்கொள்ள-வில்லை. பெண்கள் அறியாமையில் இருக்கும் வரை ஆண்கள் எப்படி வேண்டு-மானாலும் ஆடலாம் என்ற எண்ணம் பெரும்பாலான ஆண்களிடையே மேலோங்-கியிருப்பதாகத் தெரிவிக்கிறார்.

பெண் சிறந்தால் மட்டுமே நாடு நல்லநிலையை அடைய முடியும் என்பதை தாகூர் எண்ணியிருந்தார். பெண்கள் அடிமைப்பட்டுக் கிடப்பதை, " சித்தம் கட்-டுண்டு சிந்தனைக்கே வழியின்றிப் பின்னும் மடமை உறுதி பெற்றுவருவதுதான் நாம் கண்ட பயன்" என்பதை தாகூர் தன்னுடைய கட்டுரையொன்றில் குறிப்பிட்-டிருக்கிறார். இன்றைய காலத்தில் பெண்ணும் அறிவுபெற்றுச் சிறந்தால் மனிதன் உன்னத நிலையினை அடையலாம் என இவ்விதமாகத் தாகூர் தெளிவுபடுத்தியி-ருக்கிறார்.

தேசியமும் தெய்வீகமும்

தேசியமாவது ஒரு நாட்டின் குடிமகன் தான் வாழ்கின்ற நாட்டினிடத்தில் விசு-வாசம் கொண்டிருத்தல், தனது நாட்டை ஏனைய நாடுகளை விட உயர்வான இடத்தில் வைத்துப் பார்த்தல் உள்ளிட்ட பல தன்மைகளைக் கொண்டதாகும். தான் வாழும் நாட்டில் தன்னை ஓர் உறுப்பினனாக்கிக் கொண்டு சிறப்பாகச் செயல்படுதல் அதில் தலையாயது ஆகும். அதில் நம்முடைய மொழியும் முக்கி-யத்துவம் பெறுகிறது. தாகூர் ஆங்கிலம் அறிந்திருந்தாலும், தன் தாய்மொழியான வங்காளத்தையே உயர்வானதாகப் போற்றியிருந்தார். தாய்மொழிச் சிந்தனை ஒரு மனிதனின் முழுமையான மனவுணர்வுகளை வெளிப்படுத்த சிறந்தது என்பதைப் பல இடங்களில் அறிவித்திருக்கிறார். தமிழகம் வந்திருந்தபோது ஒருசிலர் ஆங்கி-லத்தின் மூலமாகத் தன்னை அடையாளப்படுத்திக் கொண்டபோது அதைத் தவறு

என்று எடுத்துரைத்த நிலையை அவரது வாழ்க்கைக் கட்டுரைகளின் வழி அறிய-
முடிகிறது.

தெய்வீகமானது மிகவும் மதிப்பானது, புனிதமுடையது ஆகும். மனிதனுள்
தெய்வம் உறைகிறது. மனிதன் தெய்வத்தைவிட மேம்பட்டவன் ஆகிய எண்ணத்-
தில் திளைத்திருப்பதே ஆகும். இந்த தெய்வீகத்தை தாகூர் போற்றியமையை
அவரது படைப்பில் தலைசிறந்த 'கீதாஞ்சலி' என்ற கவிதை நூலின் வாயிலாக
அறியமுடிகிறது. உள்ளார்ந்த மனத்துடன்தான் இறைவனை அடையமுடியும்.
கோபங்கள், கோரிக்கைகள் இவற்றை மையமிட்டு கடுந்தவம் புரிந்தாலும் கடவுளை
அறிய இயலாது. ஒருவன் தன்னை முழுமையாக அறிந்து கொள்வதே தெய்வீ-
கத்தின் தொடக்கமாகும்.

முடிவுரை

இந்தியத்தாயின் ஆகச்சிறந்த பிள்ளைகளாக விளங்கி, தன்னுடைய செயல்பா-
டுகளின் வாயிலாக, தன் காலத்திற்குப் பின்னரும் தலைசிறந்து விளங்கக்கூடியவர்-
கள் சிலரே. அவர்களில் இரவீந்தரநாத தாகூரும் ஒருவராக விளங்கியிருக்கிறார்.
அவரது கவிதைகள், கட்டுரைகள் உள்ளிட்ட பலவும் அவரது சிந்தனைகளை
" அங்கை நெல்லிக்கனி போல" சிறப்பான முறையில் வெளிப்படுத்தியுள்;என.
நாடும் நாட்டு மக்களும் மேன்மையடைய வேண்டும் என்ற இலக்கே அவரது
வாழ்க்கையின் இலக்காக, சிந்தனைக்களங்காக விளங்கியுள்ளது என்பதை இவ்-
வாய்வுக் கட்டுரை புலப்படுத்தியுள்ளது.

குறிப்புதவி நூல்கள்

1. கீதாஞ்சலி — கவிஞர் புவியரசு (மொழிபெயர்ப்பு)

2. கங்கையும் காவிரியும் - ரகுநாதன்

3. ரவீந்திரர் கட்டுரைத் திரட்டு — த.நா.சேனாதிபதி

4. கவிஞர் தாகூர் - டாக்டர் மு. வரதராசன்

5. திருமந்திரம் - திருமூலர்

10

இலக்கியங்கள் காட்டும் பொருளின் மாண்புகள்

உலகில் வாழும் உயிரினங்களுள் மனிதன் ஒருவனே பொருள் என்னும் செல்-வத்தைச் சேர்ப்பதில் முனைப்புக் கொண்டவனாக விளங்குகிறான். மனித வாழ்க்-கையில் பொருள் என்பது இன்றியமையாத இடத்தைப் பெறுகிறது. ஒருவனுடைய வாழ்க்கை முழுமையானதாக அமைவதில் பொருள் முதலிடம் பெறுகிறது. 'திரை-கடலோடியும் திரவியம் தேடு' என்ற ஒளவையின் கூற்று பொருளைப் பெற கடலைத் தாண்டியும் பயணிக்கலாம் என்பதை வலியுறுத்துகிறது. கல்விச் செல்வம், அருள் செல்வம் எனப் பல செல்வங்கள் கூறப்படினும் பொருள் செல்வமே முதன்-மையானதாகக் கருதப்படுவது எல்லோராலும் ஏற்கக் கூடியதே ஆகும். அவ்வகை-யில் இலக்கியங்கள் காட்டும் பொருளின் மாண்புகளை ஆராய்வதாக இக்கட்டுரை அமைகிறது.

தலையாயது பொருள்

அறம், பொருள், இன்பம், வீடு என்ற நான்கு உறுதிப் பொருள்களை இலக்-கியங்கள் காட்டுகின்றன. அறத்தின் வழியே பொருளைப் பெற்று இன்பத்தைய-டைந்து வீடுபேற்றினைப் பெற வேண்டும் என்பதைக் குறிக்கோளாய்க் கொண்டு இலக்கியங்கள் படைக்கப்படுகின்றன. படைப்பை மேற்கொள்ளும் படைப்பாளன் உலகில் நடக்கும் நிகழ்வுகளைக் கண்ணால் கண்டும், உணர்ந்தும் தன் படைப்பை வெளியிடுகிறான். அவ்வாறு வெளியிடும் போது படைப்பாளனின் ஆழ்மன எண்-ணவோட்டங்கள் படைப்பில் வெளிப்பட்டு விடுகிறது. செல்வம் என்ற சொல் அடிப்படையில் பொருள் செல்வத்தையே அடையாளப்படுத்துகிறது. படைப்பாளர்-களாகத் திகழ்ந்தவர்களுள் பெரும்பான்மையோர் செல்வத்தின் நிலையை நன்கு உணர்ந்தவர்கள். செல்வம் நிலையாமைத் தன்மை கொண்டது என்பதை அறிந்த-

வர்கள், இருப்பினும் வாழ்வாதாரத்திற்குத் தலையாயது பொருள் என்பதை அனு-பவத்தால் கற்று உலகிற்குத் தெரிவிக்கும் பணியைச் செய்திருக்கிறார்கள்.

உலகில் வாழும் எல்லா உயிர்களும் இன்பமான வாழ்க்கை வாழ்வதையே விரும்புகின்றன. வறுமை நோயைக் களைந்து, இன்பத்தைத் தரும் அருமருந்தாக அமைவதில் பொருள் செல்வம் முதலிடம் பெறுகிறது. பொருள் இல்லாதவர்கள் இவ்வுலகில் வாழத் தகுதியற்றவர்களாகக் கருதப்படுகின்றனர். 'பணம் பந்தியிலே; குணம் குப்பையிலே', 'ஈட்டி எட்டியவரைதான் பாயும்; பணம் பாதாளம் வரை பாயும்', 'பணமென்றால் பிணமும் வாயைத்திறக்கும்', 'காசேதான் கடவுளடா' போன்ற முன்னோர் கூற்றுகள் பொருளின் முக்கியத்துவத்தை எடுத்துரைக்கின்றன. உலகப் பொதுமறை எனப் போற்றப்பெறும் திருக்குறளில் வள்ளுவப் பெருந்தகை, 'பொருள் செயல்வகை' அதிகாரத்தில் பொருளின் நிலையைக் காட்டியுள்ளார்.

" பொருளல் லவரைப் பொருளாகச் செய்யும்

பொருளல்லது இல்லை பொருள்" (குறள் எண் - 751)

எந்தவொரு வகையிலும் ஒரு பொருட்டாக வைத்து மதிக்கத் தகாத தன்மையு-டையவனைக் கூட மதிப்புடையவனாகச் செய்வதில் பொருளுக்கு நிகரானது வேறு ஏதுமில்லை என்பதைக் குறட்பா தெளிவாகக் காட்டுகிறது.

பொருளைப் பெறவேண்டும் என்னும் நோக்கில் மனிதன் எவ்வளவோ வேலை-களைச் செய்கிறான். சில சமயங்களில் பொருளைப் பெறுவதற்காக உயிரையும் விடுபவர்கள் உண்டு. உயிரை விட மேலானதாகப் பொருள் மதிக்கப்படுகின்றது. இஃது கால வேறுபாடின்றி எல்லாக் காலங்களிலும் நிகழ்ந்து கொண்டேயிருக்கிறது. அகநானூற்றில், "உயிரினும் சிறந்த ஒண்பொருள்" (பாடல் எண்-245) என்று கூறப்பட்டுள்ளது. பணமுடைய வாழ்க்கையே வாழ்க்கை, அஃது இல்லாவிடில் வாழ்க்கையில்லை எனக் கருதிச் செயல்பட்டதை அறியமுடிகிறது. குறுந்தொகை-யில் புலவர் வெண்பூதியார் படைத்த பாடலொன்றில் பொருளின் உயர்வு கூறப்-பட்டுள்ளது.

"...

பொருள்வயிற் பிரிவா ராயினிவ் வுலகத்துப்

பொருளே மன்ற பொருளே

அருளே மன்ற ஆருமில் லதுவே" (பாடல் எண்- 174)

தலைவன் பொருள் காரணமாகப் பிரிந்து சென்றதை அறிந்து தலைவி தோழி-யிடம் புலம்புவதாகப் பாடல் அமைந்துள்ளது. பொருளே இந்த உலகில் அனைவ-ராலும் மதிக்கப்படும் தன்மையுடையது; அருள் யாராலும் மதிக்கப் பெறுவதில்லை என்பதை இக்கூற்று உறுதிப்படுத்தியுள்ளது.

இறை வழிபாட்டில் பொருள்

எங்கும் நீக்கமற நிறைந்திருக்கும் பரம்பொருளை வணங்கவும் இன்றைய கால-கட்டத்தில் பொருள் தேவையாகின்றது. அதே போன்று கடவுளை வேண்டிக்கொள்-ளும் வேளையிலும் பொருளை விரும்பி வணங்குகின்ற நிலையைக் காணமுடிகி-றது. அபிராமி அந்தாதியில்,

"தனம்தரும் கல்வி தரும்ஒரு நாளும் தளர்வறியா..." (பாடல் எண்- 69)

எனப் பாடுகின்றார் அபிராமிபட்டர். பாடலில் முதலில் 'தனம்தரும்'; எனப் பொருளை விரும்பி, பின்னரே கல்வி தரும்... எனப் பலவற்றை வேண்டுவதை அறியலாம். இறை வழிபாட்டிலும் பொருள் பெற்றுள்ள உயர்வு தெரிகிறது. செல்-வம் வாழ்க்கையில் ஒருவன் உயர்ந்த நிலையில் வைத்துப் போற்றப்படுவதற்குக் காரணமாகவும், பிறரை ஆட்டி வைக்கக் காரணியாகவும் இருப்பது காணத்தக்கது. மேலும் குடும்பத்தில் சண்டை ஏற்பட பொருளாதாரச் சிக்கல் அடிப்படையாக அமைகின்றது. இத்தகைய காரணங்களால் பொருள் அனைவருக்கும் முதன்மைத் தேவையாகின்றது.

முன்னோர் கொடுத்த பொருள்

ஒருவன் தான் அரும்பாடுபட்டுச் சேர்த்த செல்வத்தைத் தான் அனுபவித்து, தனக்குப் பின்னர் தன்னைச் சார்ந்தோர் அனுபவிக்க வேண்டும் என்ற நோக்கோடு மிகுதியான பொருள் சேர்க்கையில் ஈடுபடுகிறான். தன்னுடைய காலத்திற்குப் பின்-னர், தன் பிள்ளைகளின் எதிர்கால நலன் கருதி பொருளைச் சேர்த்தி வைப்போர் பலராவர். பாட்டன் சொத்து, தந்தை சொத்து என வழித்தோன்றல்கள் அனுபவிப்-பர். இவ்வாறு முன்னோர் கொடுத்த பொருளை எப்படிப் பயன்படுத்திக் கொள்ள வேண்டும் என்பதைக் குறுந்தொகைப் பாடலொன்று சுட்டியுள்ளது.

"உள்ளது சிதைப்போர் உளர்எனப் படாஅர்;

இல்லோர் வாழ்க்கை இரவினும் இளிவுஎனச்

சொல்லிய வன்மை தெளியக் காட்டிச்

சென்றனர் வாழி தோழி..." (பாடல் எண்- 283)

முன்னோர் கொடுத்துச் சென்ற செல்வத்தை அழிப்போர் செல்வமுடையவராகக் கருதப்படமாட்டார். மேலும் இல்லாதவரின் வறுமையானது பிச்சையெடுப்பதைக் காட்டிலும் இழிவானதாகக் கருதப்பட்டிருக்கிறது. தாமே முயன்று செல்வத்தைத் தேடிக் கொள்ள வேண்டும். முன்னோர் கொடுத்ததை வாழ்க்கை முன்னேற்றத்திற்கு மட்டுமே பயன்படுத்த வேண்டும். அதை வைத்து மென்மேலும் பொருளாதார நிலையை உயர்த்திக் கொள்ள வேண்டும் எனக் கருத இடமுண்டு.

மிகப்பெரிய செல்வம் படைத்த குடும்பத்தில் கோவலன் பிறக்கிறான். அதே அளவு செல்வம் படைத்த குடும்பத்தில் பிறந்த கண்ணகியுடன் மணவாழ்க்கை நிகழ்கிறது. முன்னோர் பொருள் கொடுத்து வாழ்ந்து கொள்ள வழிகாட்டினர். ஆனால், கோவலனோ கண்ணகியை விடுத்து மாதவியிடம் வாழ்கிறான். சூழ்நி-

லையால் பொருளை இழக்கிறான். மாதவியிடம் கொண்ட ஊடலால் அவளைப் பிரிந்து மீண்டும் கண்ணகியிடம் வந்து சேர்கிறான். தான் இழந்த பொருள் குறித்துக் கண்ணகியிடம் பேசுகிறான்.

"... சலம்புணர்க் கொள்கைச் சலதியொடு ஆடி,

குலம் தரு வான்பொருள்- குன்றம் தொலைந்த

இலம்பாடு நாணுத் தரும் எனக்கு..." (கனாத்திறம் உரைத்த காதை - 69-71)

மாதவியோடு வாழ்ந்த காலத்தில் முன்னோர் கொடுத்த பொருள்களையெல்-லாம் இழந்து வறுமையுற்ற நிலை, தனக்கு தலைகுனிவாகிய இழிவைத் தருகிறது எனச் சிலப்பதிகாரத்தில் கோவலன் பேசியதாக இடம்பெற்றுள்ளது. மேற்கண்ட இரண்டு பாடல் கருத்துகளையும் ஒப்புநோக்கும் போது முன்னோர் பொருளை நம் பொருளாதார உயர்வுக்கு மட்டும் பயன்படுத்திக் கொள்ள வேண்டும். அதை எந்த வகையிலும் அழிக்கக் கூடாது. மேலும் மிகப்பெரிய செல்வக் குடும்பத்தில் பிறந்-திருப்பினும் உழைத்துத்தான் பொருள்பெற வேண்டும்; அதை மட்டுமே செலவு செய்ய வேண்டும் என்ற கருத்து நிலைநாட்டப்பட்டுள்ளது.

சமணர் போற்றிய பொருள்

உலகில் பற்றற்றவர்களாகக் கூறப்படுபவர்கள் துறவியர் ஆவர். பொருளின் மீது கொள்ளும் ஆசை நிலையாமைத் தன்மை கொண்டதெனக் கருதுபவர்கள். செல்-வம் நிலைபேறுடையதன்று எனப் பறைசாற்றுபவர்கள். ஓடும் செம்பொன்னும் ஒக்-கவே நோக்குபவர்கள். இத்தகு துறவு வாழ்வை உயர்வெனப் போற்றும் சமணரும் பொருளின் மாண்பினைப் பாடியதாகப் பாடலொன்று நாலடியாரில் இடம்பெற்றுள்-ளது.

" வடுவிலா வையத்து மன்னிய மூன்றின்

நடுவணது எய்த இருதலையும் எய்தும்

நடுவணது எய்தாதான் எய்தும் உலைப்பெய்து

அடுவது போலும் துயர்" (பாடல் எண்- 114)

இந்த உலகம் குற்றமற்றது. இதில் அறம், பொருள், இன்பம் ஆகிய மூன்றும் மனிதனது வாழ்க்கையை வாழும் வரை நிலைபேறுடையதாகச் செய்கிறது. இம்-மூன்றில் நடுவில் உள்ள பொருளை ஒருவன் அடைந்தால் அவன், அதன் கார-ணமாக முதலில் உள்ள அறத்தையும், கடைசியில் உள்ள இன்பத்தையும் அடை-யழுடியும். பொருளைப் பெற முடியாதவன், கொல்லன் உலையிலிட்டு இரும்பைக் காய்;ச்சுவது போல வறுமைத்துன்பத்தினை அடைந்து வருந்துவான் எனச் சுட்டுகி-றது. இப்பாடல், 'மெய்ம்மை' என்ற அதிகாரத்தின் வழி உலக இயல்பை எடுத்துக் கூறுவதாக அமைகிறது. மேற்கண்ட நாலடியாரின் கருத்து திருக்குறள் கருத்தோடு பொருந்துவதாக உள்ளது.

" அறன்ஈனும் இன்பமும் ஈனும் திறனறிந்து

தீதின்றி வந்த பொருள்" (குறள் எண் - 754)

முறையறிந்து ஈட்டப்பட்டு ஒருவருக்குத் தீங்கு செய்யாது நேர்மையாக வந்த செல்வம் அதை ஈட்டியவனுக்கு அறத்தையும் இன்பத்தையும் விளைவிக்கிறது என்பதை அறியமுடிகிறது.

பொருளினது தன்மை

ஒரு மனிதனை நன்முறையில் செயல்பட வைக்கப் பொருள் அடிப்படையாகத் திகழ்கின்றது. அப்படிப்பட்ட பொருளைச் சேர்த்துவைத்து வாழ வேண்டும். இவ்வளவுதான் சம்பாதிக்க வேண்டும் என்ற வரையறையில்லை. போதும் என்ற நிலைப்பாடு பொருள்சேர்ப்பதில் மட்டும் இல்லை. 'குந்தித் தின்றால் குன்றும் மாளும்' அவ்வகையில் பொருளை உண்டாக்குவதற்கான வழிவகைகளை ஆராய்ந்து செயல்பட வேண்டியது முக்கியமானதாக அமைகிறது. ஆத்திசூடியில் ஒளவையா- ரும்,

" பொருள்தனைப் போற்றிவாழ்" (பாடல் அடி- 85)

என்கிறார். சம்பாதித்த பொருளைத் தேவைக்கு மட்டும் பயன்படுத்தி பாதுகாத்து வாழ்தல் நன்மை பயக்கும். அதற்காகப் பொருளை தான் மட்டும் பயன்படுத்திக் கொள்ள வேண்டும் எனக் கருதாது, தன்னைச் சார்ந்தவர்கள் வறுமையுற்று வாழும் போது அவர்களுக்கும் கொடுத்துக் காப்பாற்ற வேண்டும் என்பதை வெற்றிவேற்கை நூலில் அதிவீரராம பாண்டியர் குறிப்பிடுகிறார்.

" செல்வர்க்கு அழகு செழுங்கிளை தாங்குதல்" (பாடல் அடி- 3)

பொருளானது எல்லோருக்கும் பயன்பட வேண்டும் என்ற கருத்து அறிவுறுத்-தப்பட்டுள்ளது.

செல்வத்தின் சிறப்புகள்

அழியாச் செல்வமாகப் போற்றப்படுவது கல்வி. கல்வியே ஒருவனை மற்றவர் முன்னிலையில் மேம்படச் செய்கிறது. அத்தகு கல்வியால் சென்ற இடமெல்லாம் சிறப்பினைப் பெறமுடியும் எனப் பலவாறு கூறப்படினும் செல்வமின்றி கல்வி சிறக்-காது என்பதைப் பின்வரும் நீதிநெறி விளக்கப் பாடல் புலப்படுத்தியுள்ளது.

" எனைத்துணைய வேனும் இலம்பட்டார் கல்வி

தினைத்துணையும் சீர்பாடு இலவாம் மனைத்தக்காள்

மாண்புஇலள் ஆயின் மணமகள் நல்அறம்

பூண்ட புலப்படா போல்" (பாடல் எண்- 10)

ஒரு குடும்பம் சிறப்பாகச் செயல்பட, அக்குடும்பத்தை வழி நடத்திச் செல்லும் பெண் நல்ல பண்புகளைப் பெற்றிருக்க வேண்டும். குடும்;பத்தின் வளர்ச்சியும் வீழ்ச்சியும் பெண்ணின் கையில்தான் உள்ளது. பெண்ணானவள் நற்பண்பு இல்-லாமல் செயல்பட்டால், அவளுடைய கணவன் நடத்துகின்ற இல்லறம் சிறக்காது.

அதுபோல வறுமையில் வாடுபவர்கள் உயர்ந்த கல்வியறிவு பெற்றவர்களாக இருப்-பினும், பொருள்செல்வம் இல்லாதவர்களாக இருப்பின் அவர்களுக்கு ஒரு சிறப்பும் இல்லை. கல்வி சிறக்கவும் செல்வம் தேவையானதாகிறது. இவ்வுலகம் கல்வி கற்-றவனை விட செல்வம் படைத்தவனையே உயர்வாகப் பேசுகிறது.

மேற்கண்ட பாடலை ஆராயும்போது சங்ககாலப் புலவர்களின் வாழ்வியல் சூழலை உணர்ந்து கொள்ள முடிகிறது. கற்றுத்தேர்ந்த புலவர்களாக இருப்பினும் அரசரிடமும் வள்ளலிடமும் சென்று பாடல்பாடி பரிசில் பெற்று வாழ்க்கை நடத்-தியதை உணரமுடிகிறது. பொருளற்ற காலத்தில் புலவர் பெருமக்கள் வறுமையால் வாடித் துவண்ட நிலையைப் பாடல்கள் காட்சிப்படுத்தியிருக்கிறது. கல்வியினும் மேலானது செல்வம் என்பதை உய்த்துணர முடிகிறது.

செல்வர்க்கே உலகம் ஒடுங்கும்

செல்வம் பெற்றவன் செல்வாக்குடையவனாவான். செல்வனின் ஒவ்வொரு வார்த்தையும் அவனிடமுள்ள பணத்தைப் போன்றே மதிப்பு மிக்கது. மேலும் அவன் கூறுவதைக் கேட்டு நடக்க பலபேர் இருப்பர். இத்தகு சிறப்பு அவனி-டமுள்ள பணத்திற்குக் கிடைத்ததாகும். அவ்வகையில் செல்வனின் சொல்லுக்கு மதிப்புண்டு. இதனை நீதிநெறி விளக்கத்தில்,

"இன்சொல்லன் தாழ்நடையன் ஆயினும் ஒன்றுஇல்லானேல்

வன்சொல்லின் அல்லது வாம்திறவா என் சொலினும்

கைத்துஉடையான் கால்கீழ் ஒதுங்கும் கடல்ஞாலம்

பித்து உடைய அல்ல பிற" (பாடல் எண்- 11)

எனவரும் பாடல் அறிவிக்கிறது. ஒருவன் பிறரிடம் இனிமையாகப் பேசி வணங்கும் தன்மையுடையவனாக இருப்பினும் அவன் வறுமையுற்றவனாக இருந்-தால், உலகம் அவனை நல்லவனாக நடத்தாது; மாறாக அவன்மீது கடுமையான சொற்களையே பயன்படுத்தும். செல்வம் வாய்ந்தவன் என்னதான் சொன்னாலும் உலகம் அவன் சொல்வதைக் கேட்டு அவன் காலடியில் ஒடுங்கும். செல்வம் அற்றவன் நற்பண்புகள் கொண்டவனாயினும் செல்வமின்மையால் இகழப்படுவான். ஒருவனின் குணத்தை வைத்து நல்லவன் என்பதைத் தீர்மானிப்பதை விடுத்து, பணம் உள்ளவன் நல்லவன் என்பதை உலகம் நினைக்கிறது. இதன்வழி செல்வத்-தின் செல்வாக்கினை தெள;ளிதின் உணரமுடிகிறது.

இவ்வுலகில் பிறந்த உயிர்களுள் மனிதன் ஒருவனே பொருள்செல்வம் தேடிச் சேர்ப்பவனாக இருக்கிறான். மனிதனைத் தவிர்த்த ஏனைய உயர்களின் தேவை உடலியல் தேவையாக அமைகின்றது. மனித வாழ்க்கையில் முழுமைபெறுதல் நிகழ உணவு, உடை, உறைவிடம், உடலைப் பாதுகாத்தல்••• போன்ற பல்வேறு தேவை-கள் உள்ளன. ஆதலால் உடலியல் தேவைகளும் பொருளியல் தேவைகளும் மனி-தவாழ்க்கையில் தவிர்க்க முடியாததாகிறது.

" இல்லாரை எல்லாரும் எள்ளுவர்; செல்வரை

எல்லாரும் செய்வர் சிறப்பு" (குறள் எண் - 752)

என்ற குறட்பா, செல்வமுடையவனின் உயர்வையும் அஃது இல்லாதவனின் தாழ்வையும் குறிப்பிடுகிறது. எல்லாக் காலங்களிலும் செல்வம் முதன்மை பெற்றுத் திகழ்ந்ததை அறியமுடிகிறது.

பண்டு தமிழ் மூதாட்டியான ஒளவையார் பல இடங்களுக்குப் பயணம் செய்-தவர்; மக்கள் பலரைச் சந்தித்தவர். மக்களின் வாழ்க்கையை நுணுகி ஆராய்ந்து, அதில் செல்வம் பெற்றுள்ளோர் உயர்வையும், அஃதில்லார் இழிவையும் நல்வழி என்ற நூலில் பாடியுள்ளார்.

" கல்லானே ஆனாலும் கைப்பொருள் ஒன்றுஉண்டாயின்

எல்லாரும் சென்றுஅங்கு எதிர்கொள்வர் இல்லானை

இல்லாளும் வேண்டாள்; மற்றுஈன்றுஎடுத்த தாய்வேண்டாள்

செல்லாது அவன் வாயிற்சொல்" (பாடல் எண் - 34)

கல்வி இல்லாவிடினும் ஒருவன் செல்வம் உடையவனாக இருந்தால், உலகில் அவனைப் போற்றி மதிப்பார்கள். பணம் இல்லாதவனை மனைவியும் நேசிக்க மாட்டாள். ஈன்று புறந்தந்த தாயும் விரும்ப மாட்டாள். அவன் சொல்லுக்கு மதிப்-பும் இருக்காது என்பது வெளிப்படுகிறது.

செல்வத்தின் வகைகள்

மனித வாழ்க்கையைப் பொருளுடையதாகச் செய்யும் செல்வத்தை மூன்று வகைகளாகக் குறிப்பிட்டுள்ளனர். நன்னூலார் மாணவர்களை முதல் மாணாக்கர், இடைமாணாக்கர், கடைமாணாக்கர் என வகைப்படுத்தியிருப்பதைப் போன்று செல்வத்தைப் பெண்களை உவமையாகக் கொண்டு மூன்றாக குமரகுருபரர் நீதி-நெறி விளக்கத்தில் வகைப்படுத்தியுள்ளார்.

" பொதுமகளே போலும் தலையாயர் செல்வம்

குலமகளே ஏனையோர் செல்வம் கலன்அழிந்த

கைம்மையார் பெண்மை நலம்போல் கடையாயார்

செல்வம் பயன்படுவது இல்" (பாடல் எண்- 66)

மனிதர்களுள் மேன்மையுடையவர்களாகத் திகழ்வோர், தாம் பெற்ற செல்-வத்தை அனைவருக்கும் பயன்படும்படி கொடுப்பர். இச்செல்வம் பொதுமகளிர் போல எல்லோருக்கும் பயன்படும். ஆதலால் இஃது தலைமக்கள் செல்வம் எனக் கூறப்படுகிறது. தான் பெற்ற செல்வம் தனக்கு மட்டுமே உரியது, பிறர் அதற்கு உரிமையாகமாட்டார் என்ற நிலையில் உள்ள செல்வம் குலமகளிர் போல, உரியவ-ருக்கு மட்டுமே பயன்படும். இஃது இடைமக்களின் செல்வம் எனப்படுகிறது. சிலர் தான் பெற்ற செல்வத்தைத் தானும் பயன்படுத்தாமல், பிறரும் பயன்படுத்த முடியா-மல் செல்வத்தைச் சேர்ப்பதில் மட்டும் விருப்பம் உடையவர்களாக இருப்பர். இஃது

யாருக்கும் பயன்படாது. மங்கலம் இழந்த கைம்பெண்ணுக்கு ஒப்பாக இச்செல்வம் கூறப்படுகிறது. ஆதலால் இஃது கடைமக்கள் செல்வம் எனச் சுட்டப்பட்டுள்ளது.

பெற்ற செல்வம் அனைவருக்கும் கொடுக்கப்பட வேண்டும். அதுவே ஈத்து உவக்கும் இன்பம். எல்லோரும் நல்வாழ்வு வாழ கொடுத்து உதவ வேண்டும் என்ற கருத்து மேற்கண்ட பாடலின் அடிநாதமாக விளங்குகிறது.

முடிவுரை

இவ்வுலகில் வாழ்பவர்களுள் பொருளுடையவர்களே வாழத் தகுதியுள்ளவர்கள். மேலும் பொருளானது முக்கியத் தேவையாக இருப்பினும் அதனை அறவழியில் ஈட்டுதலே போற்றுதற்குரியது. பெற்ற செல்வத்தைப் பேணிக் காப்பதோடு, இல்-லாதவர்க்கும் கொடுத்து உதவ வேண்டும் என்பதை இலக்கியங்கள் புலப்படுத்தி-யுள்ளன. மனிதன் முழுமையான வாழ்க்கை வாழவும், பிறரால் மதிக்கப்படவும் எல்லாக் காலங்களிலும் பொருள் முதன்மையானது என்பதை இக்கட்டுரை புலப்-படுத்துகின்றது.

குறிப்புதவி நூல்கள்

1. திருக்குறள் - ஞா. தேவநேயப் பாவாணர் உரை
2. நாலடியார் - ஜெ. ஸ்ரீ சந்திரன் உரை
3. அபிராமி அந்தாதி — புலவர் அ. மாணிக்கம் உரை
4. குறுந்தொகை — ச.வே. சுப்பிரமணியன் உரை
5. சிலப்பதிகாரம் - ம.பொ.சிவஞானம் உரை
6. ஆத்திசூடி — முல்லை முத்தைய உரை
7. வெற்றி வேற்கை - முல்லை முத்தைய உரை
8. நீதிநெறி விளக்கம் - டாக்டர். கதிர் முருகு
9. நல்வழி - முல்லை முத்தைய உரை

11

ஆதிசக்தி

உலகின் தோற்றத்திற்குக் காரணமாக இருப்பவர் ஆதிசக்தி. தானும் உருவாகி, உயிர்கள் உருவாவதற்கும் அடிப்படையாக விளங்குகிறார். கருவாகி உருவாகி அனைத்து உயிர்களுக்கும் இப்புவியில் வாழ இடமளிக்கிறார். அநியாயங்கள் தலைவிரித்தாடும் போது அதையழிக்கும் அற்புதசக்தியாகவும் ஆதிசக்தி திகழ்கி-றார். ஆதியும் அந்தமும் அன்னையின் கரங்களில் என்பதை எவரும் மறுக்க இயலாது. குன்றின் மேலிட்ட விளக்காக அன்னையின் புகழை உலகறிந்திருந்தா-லும் போற்றுதல் மனித இனத்தின் மாட்சிமைக்குட்பட்டது. நவராத்திரி நாயகியாக மட்டுமல்லாமல் சப்தகன்னியராக பெண் தெய்வங்களின் அத்தனை பரிமாணங்-களிலும் அன்னை ஆதிசக்தியாக விளங்குவதை இக்கட்டுரை பறைசாற்றுகிறது. அன்னையின் அருட்சிறப்புகள் பலவற்றுள் சிலவற்றை மட்டும் அறிய இக்கட்டுரை வழிகாட்டுகிறது.

நவராத்திரி

நவராத்திரி என்பதாவது ஒன்பது இரவுகளில் அன்னை ஆதிசக்தியை வழி-படு;ம் வழிபாடாகும். சக்திக்கு உருவங்கள் பல இருந்தாலும், அவையெல்லாம் ஒன்றிலிருந்து கிளையாக உருவானவையே ஆகும். இந்நவராத்திரி நாள்களில் அஞ்ஞான என்னும் அறியாமையை விலக்கும் ஞானாம்பிகையை வணங்குகி-றோம். ஞானாம்பிகையை துர்க்கா பரமேசுவரி என்ற பொதுப் பெயரிலும், அம்-பிகையின் மூன்று அம்சங்களான மகாகாளி, மகாலட்சுமி, மகாசரஸ்வதி என்ற திருப்பெயர்களிலும் சிறப்பாக நாம் வழிபடுகிறோம். அஞ்ஞானம் அறியாமையாகிய அரக்கர்களை அழிப்பதாகும். மது — கைடப அழிவுக்குக் காரணமாயிருந்தவள் மாகாளி. மகிஷாசுரனை அழித்தவள் மகாலட்சுமி. சும்ப - நிசும்பரை அழித்துக் காட்டியவள் மகாசரஸ்வதி என்பதாக அறியமுடிகிறது.

" தேவி " என்ற சொல் பெரும்பாலான சக்தி வடிவங்களுக்குப் பின்னொட்டாக அமைவதை அறிந்திருக்கிறோம். தேவி என்றால் ஒளிபொருந்தியவள் எனச் சொல்லப்படுகிறது. விளக்கு என்றாலும் தகும். விளக்கின் செயல்பாடானது, தன்னையும் விளக்கி, தன்னைச் சுற்றியுள்ள இருளையும் அகற்றுவதுதான். தேவியும் அவ்வாறுதான் என்பர் சான்றோர். ஆணும் பெண்ணும் சரி, நிகர், சமானம் என எத்தனை சொல்லடுக்குகளைக் கொண்டு அடுக்கினாலும் பெண்ணே உயர்ந்தவள் என்பதைப் புராணங்கள் பலவிடங்களில் சுட்டிக்காட்டியுள்ளன. அசைவில்லாமல் தானாக இருக்கும் பிரம்மத்தை ஆண்பாலாகக் குறிப்பிட்டு சிவன் என்றும் ; அசைந்து தன்னை விளக்கிக் கொள்ளும் அதன் சக்தியைப் பெண்பாலாகப் பிரகிருதி என்றும், பராசக்தி என்றும், தேவி பகவதி என்றும் உணர்ந்து உலகறியச் செய்தவர்களாக முனிவர் பெருமக்கள் விளங்குகிறார்கள்.

சப்தகன்னியர்

உயிர்களின் தோற்றத்தில் படைக்கும் சக்தியைப் பெற்றவள் பெண் மட்டுமே. ஒரு உயிரிலிருந்து இன்னொரு உயிரை உருவாக்கும் ஆற்றல் மிக்க சக்தி, சக்தி வடிவில் உள்ள பெண்களால் சாத்தியமாகிறது. அன்னை, அம்மா, தாய் என சொற்கள் பலவற்றிலும் சக்தியின் வடிவங்களைக் காண முடிகிறது. தாய்மைக்கு முந்தைய கன்னிமை நிலைமை தாய்மை உருவாக்கத்திற்கான அடையாளத்தை முன்னணியில் காட்டுகிறது. அவ்வகையில் சப்தகன்னியர், சப்தமாதர் என்ற பெயர்களில் கன்னித்தெய்வங்களை வழிபடும் நிலை கிராமங்கள் தொடங்கி பல்வேறு இடங்களில் பரவலாகக் காணப்படுகிறது. அவ்வகையில் சப்தகன்னியர் வரலாறு உருவானதை புராணங்கள் வாயிலாகப் புரிந்து கொள்ள இயலும். அதர்மங்கள் உருவெடுக்கின்ற போது அதையழிக்கும் பொருட்டு தர்மங்களின் தலைமையாக பெண்மையின் சக்திகள் உருவாகின்றன.

மும்மூர்த்திகளில் முதலாமவரான பிரம்மா படைக்கும் தொழிலோடு, பலருக்கு வரம் அருளுபவருமாகத் திகழ்பவர். அந்தகாசுரன் என்ற அசுரன் பிரம்மாவிடம் வரம் பெற்றான். அரக்கர்கள் தாங்கள் பெற்ற வரங்களை பரிசோதித்துப் பார்ப்பது வழக்கமான செயல். வரம் பெற்றதோடு ஆணவமும் தலைக்கேறிவிடும். மண்ணுலகில் வாழ்பவர்களுக்கு மட்டுமில்லாமல் விண்ணுலகவாசிகளான தேவர்களுக்கும் துன்பம் விளைவிப்பர். அந்தகாசுரனும் பலருக்கும் துன்பம் விளைவிக்கும் செயலைச் செய்து வந்தான். தீமையை அழிவிக்கும் சிவபெருமான், அந்தகாசுரனை அழிக்கப் போர் செய்தார். அசுரனை அழிக்க ஆயுதங்களைப் பயன்படுத்திய போது, அவனது இரத்தத்துளிகள் பூமியில் சிதறின. சிதறிய துளிகள் ஒவ்வொன்றிலிருந்தும் ஒவ்வொரு அந்தகாசுரன் தோன்றினான். என்னசெய்வதென்று யோசித்த சிவபெருமான், இரத்தத்துளிகள் பூமியில் விழாமல் தடுக்கவேண்டும் என்பதற்காக யோகேசுவரி என்பவரை உருவாக்கினார். பிரம்மா, திருமால் உள்ளிட்ட

கடவுளர்கள் ஒவ்வொருவரும் தத்தமது சக்தியை அளித்துப் பெண் தெய்வங்களை உருவாக்கினர். அப்படி உருவானவர்கள்தான் மகேஸ்வரி, இந்திராணி, பிராமனி, கௌமாரி,வைஷ்ணவி,வராகி, சாமுண்டி ஆகிய சப்த கன்னியர் என்பதாகப் புராணங்கள் தெரிவிக்கின்றன.

வராகபுராணத்தில் ஒவ்வொரு கன்னியரும் தீமையை அழிக்கும் உருவத்தினராகக் காட்டப்பட்டுள்ளனர். மகேஸ்வரி என்பவள் கோபத்தை அழிப்பவள், கௌமாரி என்பவள் மோகத்தை இல்லாமல் அழிப்பவள், சாமுண்டியானவள் காமத்தை இல்லாமல் செய்பவள், வைஷ்ணவி லோபம் என்ற பேராசையை அழிப்பவள், வராகியானவள் பொறாமையை அழிப்பவள், இந்திராணி பிறர் மீது குற்றம் கண்டுபிடித்தல் என்பதை மட்டும் செய்யும் குணத்தை அழிப்பவள், பிராமனி மதம் என்ற தீமையை அழிப்பவளாகச் சொல்லப்படுகிறாள். தீமையை அழிக்கும் நல்ல சக்தியின் உருவகங்களாக சப்த கன்னியர் குறிப்பிடப்படுகின்றனர். குலதெய்வம் எதுவெனத் தெரியாதவர்களும் கன்னிமார்களை குலதெய்வமாக ஏற்று வழிபடுவதாகவும் சொல்லப்படுகிறது.

சப்தகன்னியர் தோற்றம்

அந்தகாசுரனை அழிக்கச் சிவபெருமான் தன் வாய் அக்கினியிலிருந்து யோகேசுவரியியைத் தோற்றுவித்தார். யோகேசுவரி, மகேஸ்வரி என்ற சக்தியை உருவாக்கினார். பிரம்மா, பிராமனியைத் தோற்றுவித்தார். திருமால் வைஷ்ணவி (நாராயணி)யைத் தோற்றுவித்தார். இந்திரன், இந்திராணியை உருவாக்கினார். முருகப்பெருமான் கௌமாரியை உருவாக்க, எமன் சாமுண்டியை உருவாக்கினார். வராகமூர்த்தி வராகியை உருவாக்கினார் என்பதாகப் புராணங்கள் குறிப்பிடுகின்றன. மார்க்கண்டேய புராணம், சும்ப - நிசும்பர்களை அழிக்க அம்பிகை நினைத்தபோது சப்தகன்னியர் உருவானதாகத் தெரிவிக்கிறது. மகிசாசுரனை அழிக்க ஆதிசக்திக்கு உறுதுணையாக சப்த கன்னியர் தோன்றியதாகவும் கூறப்பட்டுள்ளது. இன்னும் பலகதைகள் கூறப்பட்டாலும் எல்லாவற்றிலும் அரக்கர்களை அழிக்க, சக்திக்கு உறுதுணையாக சப்தகன்னியராகிய ஏழுகன்னியரும் உருவாகினர் என்பதை உணரமுடிகிறது.

மகேஸ்வரி — சிவபெருமானைப் போன்று முக்கண்களை உடையவர். கைகளில் மான், மழுவாயுதம் வைத்திருப்பவர். மேலும் பாசம், அங்குசம், மணி, சூலம், பரசு என்ற ஐந்து ஆயுதங்களை வைத்திருப்பவர். அபய, வரத முத்திரைகளைத் தாங்கி, காளையை வாகனமாகக் கொண்டவர்.

கௌமாரி — முருகனின் அம்சமாகத் திகழ்பவர். சேவல் கொடியினைக் கொண்டவர், அக்கமாலையும் கமண்டலமும் கொண்டவர், மயிலைத் தன் வாகனமாகக் கொண்டவர். வஜ்ரம், சக்தி ஆயுதங்களை வைத்திருப்பவர்.

பிராமணி (பிராம்மி) — பிரம்மாவின் அம்சம் கொண்டவர். நான்கு கரங்களுடன் இருப்பவர். அன்னப்பறவையைத் தன் வாகனமாகக் கொண்டிருக்கிறார். கமண்டலம், அட்சமாலை தாங்கியிருப்பார். வெண்ணிற ஆடை அணிந்து, ஸ்படிக மாலையை அணிந்திருப்பார்.

வைஷ்ணவி (நாராயணி) — திருமாலின் அம்சத்துடன், தன் கரங்களில் சங்கு, சக்கரம் தாங்கியிருப்பார். கருடக்கொடியினைத் தனக்கான கொடியாகக் கொண்டிருக்கிறார்.

வராகி — திருமாலின் வராக அவதார அம்சத்தை ஒத்து பன்றி முகத்துடன் காட்சியளிப்பவர். சிம்ம வாகனம் கொண்டிருக்கிறார். கலப்பையைத் தன் கையில் கொண்டுள்ளார். லலிதா தேவியின் படைத்தலைவியாக விளங்குகிறார். கறுப்புநிற ஆடையை அணிந்தவராகக் காட்சியளிக்கிறார்.

இந்திராணி — தேவர்களின் தலைவரான இந்திரனின் அம்சம் கொண்டவர். வெள்ளை யானையை வாகனமாகக் கொண்டிருக்கிறார். தனக்குரிய ஆயுதமாக வஜ்ரத்தைக் கையில் கொண்டிருக்கிறார். ரத்தின கிரீடத்தைத் தலையில் கொண்டவர்.

சாமுண்டி — ருத்திரனின் அம்சம், எமனின் அம்சம் எனச் சொல்வர். மூன்று கண்களைக் கொண்டு, கையினில் கபாலத்தைத் தாங்கியிருக்கிறார். மண்டை ஓடுகளால் உருவாக்கப்பட்ட மாலையை அணிந்தவர். சண்டர் முண்டர் என்ற அரக்கர்களை அழிக்க அவதாரம் எடுத்தவர். ஆந்தையை வாகனமாகக் கொண்டவர்.

உலகை இயக்கும் ஐந்தொழில்களைப் புரியும் சிவசக்தியாகிய ஆதிசக்தி எடுத்த வடிவங்களே, சப்தகன்னியர் வடிவம் எனவும் சான்றோர்களால் சொல்லப்படுகிறது.

சக்தியெனும் பேராற்றல்

உலகை இயக்கும் ஒற்றைச்சக்தியாகிய ஆதிசக்தி, மூன்று தேவியராய், ஐந்தொழில் புரிந்து, ஏழு கன்னியராகவும் அவதரித்து, நவராத்திரிகளுக்கு அதிபதியாக விளங்குகிறார் என்பதை இக்கட்டுரை விளக்கியுள்ளது. ஒற்றைப்படை எண்களின் (1, 3, 5, 7, 9) பின்னணியில் ஒட்டுமொத்த சக்தியாக, ஆதிசக்தியை சமயபுரம் மாரியம்மனின் திருவடிவில் கண்டு தரிசிக்கலாம்.

முடிவுரை

உலகின் தோற்றம் அறிவியல் அடிப்படையில் என்று கூறப்பட்டாலும், எல்லாவற்றிற்கும் காரணமாக விளங்குபவள் ஆதிசக்தி. சப்த கன்னியர் தொடங்கி பல வடிவங்களில் அன்னையின் அருளாசிகள் மனிதர்களுக்குக் கிடைக்கின்றன

குறிப்புதவி நூல்

1. நவராத்திரி நாயகி — ரா. கணபதி

12

வாடிவாசல் நாவலில் சாதி, அதிகார வெளிப்பாடுகள்

உலகில் தோன்றிய இலக்கியங்கள் பலவும் மனிதனை நெறிப்படுத்தி சிறப்பான-தொரு வாழ்க்கையை வாழ அங்கீகரிக்கின்;றன. மனித சமுதாயத்தில் காலங்-கள் பல கடந்தும் இலக்கியங்கள் தோன்றியதற்கான முழுமையானபலன் கிடைக்க-வில்லை. மனிதனை மனிதனாக வாழச் செய்ய ஏற்படுத்தப்பட்ட முயற்சிகளைத்-தும் விழலுக்கிறைத்த நீர் போல் ஆயின. பிறப்பொக்கும் எல்லா உயிர்க்கும் என்ற சிந்தனை நடைமுறைக்கு வரவில்லை என்பதை நாம் ஒவ்வொருவரும் கண்கூடா-கக் கண்டு வருகிறோம். நாடோடிகளாகப் பிறந்து வளர்ந்து வாழ்ந்த சமுதாயத்தில் ஒற்றுமை எனும் தேன்கூட்டில் வீசப்பட்ட ஒற்றைக் கல்லாய் சாதியும் அதிகாரமும் விளங்குகிறது. அம்பேத்கார், பெரியார் போன்ற சீர்திருத்தவாதிகள், சமுதாயத்தைத் திருத்த மேற்கொண்ட முயற்;சிகளில் முழுமையான வெற்றி இன்றும் எட்டப்ப-டவில்லை. மனிதவாழ்க்கை காட்டுமிராண்டி நிலை, அநாகரிக நிலை, நாகரிக நிலை என மூன்றாகப் பிரிக்கப்படுகிறது. எனினும் நாகரிக வளர்ச்சியில் இடைச்-செருகலாக சாதி, அதிகாரம் அமைந்தது என்பதை சாதியின் தோற்றம் குறித்து ஆராயும் போது அறிந்து கொள்ளலாம். அவ்வகையில் சி.சு. செல்லப்பா எழுதிய 'வாடிவாசல்' நாவல் ஜல்லிக்கட்டுக்கான களமாக இருப்பினும் அதில் அமைந்-துள்ள சாதி, அதிகார வெளிப்பாடுகளை ஆராய்வதாக இக்கட்டுரை அமைகின்-றது.

நாவலின் போக்கு

"

பழந்தமிழரின் வீர விளையாட்டுகளில் முதன்மையிடம் பெற்ற ஜல்லிக்கட்டை கருவாகக் கொண்டு நாவல் அமைந்துள்ளது. காளைகள் ஜல்லிக்கட்டின் போது ஒவ்வொன்றாக அவிழ்த்து விடப்படும் இடமான 'வாடிவாசல்' என்ற பெயர் நாவலுக்குத் தலைப்பாக அமைந்திருக்கிறது. ஜல்லிக்கட்டு தொடங்குவதிலிருந்து நிறைவடைது வரையிலான அனைத்து நிகழ்வுகளும் விளக்கப்பட்டுள்ளன. படிக்கும் வாசகர்கள் மனக்கண் முன் அனைத்துக் காட்சிகளும் நேரடியாக பார்ப்பதைப் போன்றதொரு உணர்வை வெளிப்படுத்துகின்றன. பிச்சி, மருதன் என்ற இளைஞர்கள் இருவரும் கிழக்கத்திக்காரர்கள். செல்லாயி சாட்டு ஜல்லிக்கட்டில் பங்கேற்பதற்காக வந்திருக்கிறார்கள். அவர்களிருவரும் ஜல்லிக்கட்டைப் பற்றிப் பேசிக் கொண்டிருக்கும் போது முதியவர் ஒருவருக்கு தன் ஊர் ஜல்லிக்கட்டைப் பற்றிக் குறைகூறுவதாகத் தோன்றியது. இளைஞர்கள் சீண்டுவதாக நினைத்து முதியவர் பேசத் தொடங்கி, பரஸ்பர மரியாதை கூடிய நட்பில் அவர்களது பேச்சு தொடர்ந்தது. ஜல்லிக்கட்டில் பங்கேற்கின்ற ஒவ்வொரு காளையைப் பற்றியும் முதியவர், இளைஞர்கள் இருவருக்கும் தன் அனுபவத்தின் வாயிலாகத் தெரிவித்து வந்தார். பிச்சி , தன் தந்தையான அம்புலியின் இறப்புக்குக் காரணமான ஜமீன்தாரின் காரிக்களளயை அடக்க, செல்லாயி ஜல்லிக்கட்டுக்கு வந்திருப்பதை முதியவர் அறிந்து கொண்டார். பிச்சியின் தந்தை பல ஜல்லிக்கட்டுகளில் வெற்றியடைந்தவர், தன் தோல்விக்குக் காரணமான காரிக்காளையை வெல்ல வேண்டும் என மகனிடம் கேட்டுக்கொண்டார். மகன் தந்தைக்காற்றும் உதவியின் வெளிப்படாக கதை அமைகிறது

தன் தந்தையைக் கொன்ற காளையைப் பழிவாங்க வந்திருக்கும் பிச்சியின் மனநிலையும், பிச்சி அடக்க வந்த காரிக்காளையின் உரிமையாளரான ஜமீன்தாரின் அதிகார மனநிலையும் சேர்ந்ததுதான் கதைக்களம். ஜல்லிக்கட்டை விவரிக்கும் பரபரப்பான காட்சிகளோடு, சமூக கட்டமைப்புகளால் வேறுபட்ட மனங்களின் போராட்டத்தை எடுத்துரைப்பதாகவும் நாவல் அமைந்திருக்கிறது.

ஆதிக்க வர்க்கமும் அடங்கிய வர்க்கமும்

இறைவன் படைப்பில் மேல் கீழ் என்றெதுவும் இல்லை. பிறப்பால் அனைவரும் ஒன்றே வள்ளுவரின்,

" பிறப்பொக்கும் எல்லா உயிர்க்கும் சிறப்பொவ்வா

செய்தொழில் வேற்றுமை யான்" - (குறள் - 972)

என்ற படிப்பினை ஏட்டளவில் நின்றுவிட்டதை வாடிவாசல் நாவல் நயத்துடன் எடுத்துரைத்துள்ளது. அதிகாரம், சாதி ஆதிக்கம் இரண்டையும் வாடிவாசலில் காணமுடிகிறது. பிச்சி வீரத்தில் முதன்மை பெற்றவனாக இருந்த போதிலும் சாதியின் பிடியில் அடங்கிப் பணிவோடு செயல்படுவதைப் பல இடங்களில் உணர முடிகிறது. ஒரே சாதியாக இருந்தாலும் பணம், அதிகாரம் இவற்றின் அடிப்படை

யில் தாழ்ந்த சாதி உண்டு . ஜமீன்தார் ஜல்லிக்கட்டுக்கு வரும் போது மேளதாளம் முழங்குவது, ஜமீன் ஆட்கள் செய்யும் ஆர்ப்பாட்டம் போன்றவை அதிகாரத்தின் சக்தியை வெளிக்காட்டுகின்றன. ஜமீன்தார் வர எவ்வளவு நேரமானாலும் காத்-திருக்க வேண்டிய சூழலையும், ஜமீனின் தலையசைப்பிற்குப் பிறகே ஜல்லிக்கட்டு தொடங்கப்படுவதையும் நாவலில் காண முடிகிறது.

ஜல்லிக்கட்டுக்கு மாடு கொண்டு வருபவர்கள் யார்? யார்? என அறிமுகப்-டுத்துமிடத்தில், " சாதாரண குடிபடைக்காரனும் சரி, காணியாளனும் சரி, பெரிய ஜமீன்தாரும் சரி — அவனவன் தன் மாட்டுப் பெருமையை, தன் சீமைக்கப்-பாலே திக்விஜயம் செய்து, காட்டி மாட்டுக்கும் தனக்கும் பேர் வாங்கும் ஆசை-யில் முனைந்து நிற்பான்." (வாடி வாசல் ப- 20) என்பதில் குடிபடைக்காரன், காணியாளன், ஜமீன்தார் என்ற பெயர்களில் சாதி வேற்றுமைகளைக் காண முடி-கிறது. ஜமீன்தார் எனும் போது ஆதிக்கத்தையும் மரியாதைக்குரிய 'ஆர்' விகு-தியையும் அறியலாம். குடிபடைக்காரன், காணியாளன் எனும் போது மரியாதை குறைந்த அளவில் 'அன்' விகுதி சேர்த்துச் சொல்வதைக் காணலாம். மனிதர்க-ளில் சாதாரண, பெரிய என்ற முன்னொட்டுகள் சாதி, அதிகார அடிப்படையில் பயன்படுத்தப்பட்டுள்ளன.

ஜமீன்தார் பெரிய மனிதர் என்ற அடையாளம் அவரது பரம்பரைக்குக் கிடைத்த அங்கீகாரமாகச் சொல்லப்பட்டுள்ளது. சாதாரண ஆட்கள் அமருகி;ன்ற இடங்களில் ஜமீன்தார் அமர மாட்டார். மற்றவர்கள் இருக்கின்ற இடத்தை விட உயரிய இடத்தில் இருப்பதே ஜமீனுக்குச் சிறப்பு. முதியவர் மருதனிடம் ஜமீனைப் பற்றிக் கூறும் போது, "இங்கிட்டு திட்டி வாசலுக்கு மேலே சிங்காரமாகச் சோடிச்சு மேடை போட்டிருக்கு. அது சமீன்தாருக்கு. சப்கலெக்டரு, சூபரிண்டு வந்தாக்க அவரு பக்கத்திலே உட்கார்ந்துக்கிருவாங்க. மற்றபடி வேறே வெளி நாய் அந்த மேடையை நக்கிப் பாக்கக்கூட முடியாது" (வாடிவாசல் - ப. 27) இதில் படித்-துப் பெரிய பதவியில் உள்ளவர்கள் மட்டுமே ஜமீனுக்கு அருகில் அமர முடியும் என்பதைத் தெரிந்து கொள்ள முடிகிறது. நாய், நக்கி ஆகிய வார்த்தைகள் அடி-மைநிலையின் அடையாளங்களாய் வழி வழியாக படிப்பினையாகச் சொல்லப்பட்-டுள்ளன.

சாதி பிறப்பில் மூடர்களால் தீர்மானிக்கப்படுகிறதென்றாலும் பணத்தின் அடிப்ப-டையில் ஒரு சாதிக்குள்ளும் உயர்ந்தவர் தாழ்ந்தவர் என்ற வேறுபாடுகள் காணப்-படுகின்றன. ஏற்றத்தாழ்வுகளுக்கான காரணங்களில் சாதியும் பணமும் முக்கியப் பங்காற்றுகின்றன. அவ்வகையில் இந்த நாவல் ஜமீனின் அதிகார வெளிப்பாட்-டினை வெளிச்சமிட்டுக் காட்டுகின்றது. " அதிகாரம், சாதி ஆதிக்கம் ஆகிய-வற்றின் மீதான எதிர்ப்புச் சலனங்கள் வெளிப்படும் இடமாகவும் அந்த ஜல்லிக்-கட்டுக்களம் இருக்கிறது" (வாடிவாசல் - ப. 17) என்பதை நாவலைப் பற்றிய

மதிப்பீட்டில் பெருமாள்முருகன் குறிப்பிட்டுள்ளார்.

சாதி அடையாளங்கள்

நாவலின் போக்கில் சில இடங்களில் சாதியின் பெயர்கள் குறிப்பிடப்பட்-டுள்ளன. ஜல்லிக்கட்டில் முக்கியமானது சாதி இல்லை. இருப்பினும் சாதி சில இடங்களில் சொல்லப்பட்டுள்ளது. மருதன் பிச்சியின் தந்தையான அம்புலி, ஜல்-லிக்கட்டில் சருக்கிய இடத்தைப் பற்றிச் சொல்லும் போது, " மொக்கையாத் தேவர் காரி கிட்ட அம்புலித் தேவன் உலுப்பி விழுந்தான்கிற பேச்சுல்ல சாகறப்போ நிலைச்சுப் போச்சு" (வாடிவாசல் - ப. 36) என்று சொல்வதிலிருந்து ஜமீன்-தாரும் பிச்சியும் ஒரே சாதியினர் என்பது புலனாகிறது. எனினும் தேவர், தேவன் ஆகிய சாதிய ஒட்டுகள் பொருளாதார ஏற்றத்தாழ்வையும் அதிகாரத்தின் வலிமை-யையும் வெளிக்காட்டுகின்றன. பகுத்தறிவுக்கு ஏற்புடையதாக 'சாதி' இல்லாவிட்-டாலும் சமூக கட்டமைப்புகளில் முதலிடம் பெறுகிறது.

கொராலுக்காளையை அடக்கி வென்றான் பிச்சி. அங்கிருந்தவர்கள் ஆரவாரம் செய்தனர். சிலபேர் ஜமீனிடம் பரிசை வாங்குவதற்காக, அவனைத் தோளின் மேல் உட்கார வைத்துத் தூக்கி வந்தனர். அப்போது பிச்சியின் தலை ஜமீன்தாரின் மேடைக்கு மேல் வந்ததை அவனே விரும்பவில்லை. ஜமீனுக்குச் சமமாக தான் இருப்பதா? என்ற கேள்வியும் மரியாதைக் குறைவு என்ற எண்ணமும் அவனுக்குள் தோன்றியது. உடனடியாக தோள்களிலிருந்து இறங்கிய பிச்சி கும்பிடு போட்டான். அதிகார வர்க்கத்தின் பிரதிநிதியான ஜமீன்தார், தான் அமர்ந்திருந்த ஆசனத்தி-லிருந்து சற்று முன் சாய்ந்து பரிசைக் கொடுத்தார். ஜமீனின் கௌரவம் அவரை ஆசனத்திலிருந்து எழுந்து நிற்க தடை செய்ததாக நினைக்கத் தோன்றுகிறது. மேலும் ஜமீன்தார் தன் பரிவாரங்களுடன் வந்த காட்சி, பரிசுப் பொருட்களை வீசு-தல் ஆகியவை ஜமீனின் அதிகாரத்தை வெளிப்படையாகக் காட்டுகிறது. பி;ச்சி-யின் வீரத்துக்கு ஜமீன் உரிய மதிப்பளிக்கவில்லை. இருப்பினும் ஜமீன் கொடுக்கும் பரிசுகள் அவரது பெருந்தன்மையின் அடையாளமாக பாவிக்கப்படுகிறது. ஜமீன்-தார் கொடுக்கும் பரிசு, பட்டாடை, உருமா போன்றவை கடவுள் வரம் கொடுப்ப-தைப் போல் அங்கிருப்பவர்களின் கண்கள் பார்க்கின்றன.

காளை என்பது ஜமீன்தாருக்கு அதிகாரத்தின் வெளிப்பாடாக இருக்கிறது. தன் காளையை அடக்க ஒருவரும் இல்லை என்பதைவிட, யாரும் அடக்கிவிடக்கூ-டாது என்ற எதிர்பார்ப்பு மேலோங்கியிருக்கிறது. ஜமீன்தாருக்குக் கிடைக்கக்கூடிய பெருமை, கௌரவம், எல்லாவற்றையும் காப்பாற்றுவது காரிக்காளைதான் என்பதை நாவலின் நடை காட்டிவிடுகிறது.

ஜமீன் காளை

ஜல்லிக்கட்டில் பல காளைகள் இருந்தாலும் ஜமீனின் காரிக்காளைக்கு இருக்-கும் மதிப்பு வேறெந்த காளைகளுக்கும் இல்லை. ஜமீன்தாரின் கௌரவம், அதிகா-

ரம் இரண்டின் அடையாளமாகக் காரிக்காளை கருதப்படுகிறது. ஜமீனின் காளை என்கிற அங்கீகாரம், மாடு அணைய வந்திருக்கின்ற வீரர்கள், பார்வையாளர்கள் என அனைவர் மனதிலும் நிலைத்திருக்கிறது. காளையின் வீரத்தின் மேல் இருக்கின்ற பயத்தை விட ஜமீன் மேல் இருக்கின்ற பயம் எனக் கருத இடமுண்டு. பிச்சி களத்தில் ஒவ்வொரு காளையையும் அடக்கி, மற்ற வீரர்களை விட அதிக அளவில் பரிசைப் பெற்றுச் செல்லும் காட்சி ஜமீன் மனதில், தன் காரிக்காளையை பிச்சி அடக்கிவிடுவானோ? என்ற ஐயத்தை ஏற்படுத்தி விடுகிறது.

ஜமீனின் காளையை யாரும் அடக்கி விடமுடியாது என்ற எண்ணம். பரவலாக இருக்க, தன் காளையை யாரும் அடக்க வரக்கூடாது, அடக்கி விடக்கூடாது என்ற சிந்தனை ஜமீன்தாருக்குள் மேலோங்கி இருந்தது. பிச்சியின் வலிமையில் ஆடிப் போன ஜமீன்தார், அவன் பரிசு வாங்க வரும் போது, " டேய், வாடிபுரம் காளையை புடிச்சுப் பாக்றியா?" (வாடிவாசல் - ப. 52) எனக் கேட்டு விட்டு, அவனது முகபாவத்தை ஆராய முற்படுகிறார். இதன் வழி, தன் காளையைப் பிச்சி பிடிக்கக்கூடாது என்ற மனோபாவம் ஓங்கியிருப்பதைக் காண முடிகிறது. பிச்சி, ஜமீன்தாரை நேருக்கு நேர் பார்க்காமல் தலைகுனிந்து, " உறுதியாகச் சொல்லமுடியாதுங்க" (வாடிவாசல் - ப. 52) என்கிறான். பிச்சியின் அடக்கம், அதிகார வர்க்கத்திடம் தலைநிமிர்ந்து பேசக்கூடாது என்கிற நிலை ஜமீன் சமூகத்துக்குக் காட்டும் மரியாதை எனலாம்.

காரிக்காளை களத்திற்குள் வரத் தயாராகிய போது அதைப் பற்றி ஒருவன் அறிமுகம் செய்கிறான். அதைக் கேட்கும் போதும், காளையைப் பார்க்கும் போதும் அங்கிருப்பவர்களுக்கு நடுக்கம் ஏற்படுகிறது. இதை ஜமீனின் மேல் இருக்கும் மரியாதை, பயத்தோடு ஒப்பிட்டுப் பார்க்க இடமுண்டு.

தேர்ந்த தீரமான வீரர்கள் ஜல்லிக்கட்டுக்கு வரும் அத்தனை மாடுகளையும் அணைவதில்லை. தனது தகுதிக்கும் வீரத்துக்கும் பொருத்தமான மாடு வந்தால் மட்டுமே அணைவர். இதற்குச் சான்றாக பிச்சியைக் காணமுடிகிறது. காரிக்காளை மற்ற காளைகளைப் போல் அல்ல என்பதை பிச்சி அறிந்திருந்தாலும், வயதிலும் அனுபவத்திலும் மூத்த பாட்டையாவின் பேச்சுக்கு செவிமடுக்கும் பண்பைக் கொண்டவனாக விளங்குகிறான். காரிக்காளை வீரனின் இலக்கே தவிர, ஜமீனை அவமானப்படுத்தும் நோக்கம் அல்ல என்பதை பிச்சியின் வாய்மொழியால் ஜல்லிக்கட்டின் இறுதிக்கட்டத்தில் தெரிந்து கொள்ள முடிகிறது.

ஏற்றத்தாழ்வு

இந்தியச் சமூகம் ஏற்றத்தாழ்வுமிக்க, ஒரு முரண்பட்ட சமூகமாக இருப்பதில் சாதி அமைப்புக்கு மிக முக்கியமான பங்கு இருப்பதாக சான்றோர் பெருமக்கள் கருதுகின்றனர். மக்களிடையே பொருளாதார வளர்ச்சி, அறிவியல் வளர்ச்சி ஏற்படுமானால் சாதி நீர்த்துப்போய் மறைந்துவிடும் என எதிர்பார்த்த நிலையில் சாதி

தன்னைப் புதுப்பித்துக்கொண்டு மேலும் வலுப்பெற்று வருவதாக ஆராய்ச்சியா-ளர்கள் கருத்துத் தெரிவிக்கின்றனர். இன்றைய காலத்தில் சாதி என்பது மாற்று சாதியில் திருமணம் செய்து கொள்வதில் ஏற்படும் பிரச்சனைகளைக் கொண்டதா-கவே கருதப்படுகிறது. காதல் திருமணத்தில் சாதி கண்ணுக்குத் தெரிந்த செய்தி. ஆனால் கண்ணுக்குப் புலனாக வகையில் சாதிய அடக்குமுறைகள் நாள்தோறும் நடைபெறுகின்றன.

பிச்சி வலிமை கொண்டவன் என்பதை ஜல்லிக்கட்டில்; அனைவரும் தெரிந்து கொண்டார்கள். இருப்பினும் பிச்சிக்குள் ஜமீன்தாரின் மேல் இருக்கும் பயம் அவன் வலிமையைப் பின்னுக்குத்தள்ளிவிடுகிறது. ஜமீன்தார் முன் பணிவோடு செயல்பட வைக்கிறது . மரியாதை என்பதைத் தாண்டி ஜமீனுக்குக் கொடுக்கக் கூடிய கௌர-வமாகப் பார்க்கப்படுகிறது. ஜமீன்தாருடைய காரிக்காளையை யாருக்கும் தொடக்-கூட தைரியம் கிடையாது. இதற்கு முதல் காரணம் காரியின் மீதான பயம் என்றா-லும் ஒருவேளை காளையை அடக்கிவிட்டால் ஜமீனுடைய கோபத்திற்கு ஆளாக நேரிடுமோ? என்ற பயம் அவர்களைத் தடுக்கிறது எனக் கொள்ள இடமுண்டு.

ஜல்லிக்கட்டில் வீரனான பிச்சியும் காளையும் போராடும் போது ஜமீனால் பொறுமையாக இருக்கமுடியவில்லை. தன் காளை தோற்றுவிடுமோ? என்ற பதற்-றத்தோடு இருந்த ஜமீன்தாரை அங்கு நடைபெற்ற காட்சி; எதுவும் செய்யமுடியா-தபடி செய்துவிடுகிறது. ஜல்லிக்கட்டுக்களம் ஜமீன்தாரின் ஆளுகைக்கு உட்பட்டது அல்ல. வெல்லப்போகும் வீரன், காளை இருவரில் ஒருவரின் ஆளுமையை சுற்றி நின்று வேடிக்கை பார்ப்பவருக்கும், ஜமீனுக்கும் உணர்த்துகின்ற இடமாக அமை-கின்றது.

முருகு என்பவன் ஜமீன்தாரின் ஆள். தனிப்பட்ட முறையில் பிச்சியின் வீரத்-தின் மேல் பொறாமை கொண்டவனாக இருந்தாலும், ஜமீனின் காளையை பிச்சி அடக்கி விடக்கூடாது என்பதற்காகவும் காளையால் பிச்சி கொல்லப்பட வேண்டும் என்ற எண்ணத் தூண்டல்களினாலும் ஜல்லிக்கட்டில் செய்யக்கூடாத செயலைச் செய்வதை நாவலின் போக்கு காட்டிவிடுகிறது.

உயிரினும் மேலானது மானம்

ஜல்லிக்கட்டில் இரண்டு வகையில் மானவுணர்களைக் காணமுடிகிறது. 1. பிச்-சியின் மானம் 2. ஜமீன்தாரின் மானம். தன் தந்தையைக் கொன்ற காரியை அடக்க வேண்டும் என்ற உணர்வு பிச்சியை செயல்பட வைக்கிறது. தந்தையின் மானத்தைக் காக்க காரிக்காளை அடக்கப்பட வேண்டும் என்ற உணர்வு, தன்னு-யிரையும் பொருட்படுத்தாத நிலைக்கு பிச்சியைக் கொண்டு செல்கிறது. தன் உயி-ரைக் காட்டிலும் தந்தையின் மானம் மிகப்பெரிது என்ற மனப்பாங்கினை அவனது மனதிடம் காட்டிவிடுகிறது.

ஜல்லிக்கட்டு ஒரு வீர விளையாட்டு, அதில் வெற்றி பெறுபவனுக்கு வெகுமதியும், தோல்வி அடைபவனுக்கு உயிரிழப்பும் நடப்பதற்கு வாய்ப்புண்டு. இதை உணராத ஜமீன்தார் காரிக்காளை தோற்றதை அவமானமாகக் கருதி தன் மானத்தைக் காப்பதாகக் கருதி, துப்பாக்கியால் சுட்டு காரியின் உயிரைப் பறித்து விடுகிறார். மேலும் காரியைக் கொன்றதால் தன் மானம் காப்பாற்றப்பட்டதாகக் கருதும் ஜமீனின் இழிவான செயல், பிற உயிரைக் கொல்வதில் பெருமையடைவதைக் காட்டிவிடுகிறது. காரியின் போக்கு மனிதனையும் ஜமீனின் போக்கு விலங்கினையும் மனக்கண்முன் கொண்டுவருகிறது. '' காரிக்காளை மண்ணைக் கவ்விரிச்சு, சமீன் மாட்டை கிளக்கத்தியான் பிதுக்கிப் போட்டான்'' '' (வாடிவாசல் - ப. 68) ஆகிய குரல்கள் இதுவரை ஜமீன் காட்டிக்கொண்டிருந்த போலி வேடத்தைப் பின்னுக்குத் தள்ளி, உண்மை முகத்தைக் காட்டுவதற்கு வழிவகை செய்து விட்டது. ஒருவேளை இதுமாதிரியான ஏளனப் பேச்சுகள் ஜமீனின் காதுளில் விழாமல் இருந்திருந்தால் காரிக்காளை உயிரை விடுகின்ற நிலை ஏற்பட்டிருக்காது என அவதானிக்க முடியும். பிச்சி காரியை அடக்க வரும் போது இதைப் போன்ற ஏளனப் பேச்சுகள் அவனைப் பற்றியும் பேசப்பட்டன. பி;ச்சி அதை ஒரு பொருட்டாக மதிக்கவில்லை.

காளையைக் கொல்வதை, ஜமீன் வேடிக்கை பார்க்க வந்தவர்களை கோபம் கொண்ட காளையிடமிருந்து காப்பற்றுவற்காக செய்த செயலாக காட்டவும் வழிவகையுண்டு. மானத்திற்காக தன்னுயிர் விடத் துணிவதை பிச்சியாலும், காளையின் உயிரை எடுப்பதை ஜமீனின் செய்கையாலும் நாவல் உணர்த்தி விடுகிறது. நாவலின் முடிவில், '' மிருகத்துக்கு ரோஸம் வந்தாலும் போச்சு, மனுசனுக்கு ரோசம் வந்தாலும் போச்சு'' (வாடிவாசல் - ப. 70) என்ற பேச்சு மனிதனையும் விலங்கையும் சமநிலையில் குறிப்பிடுகிறது. '' என்ன இருந்தாலும் அது மிருகம்தானே'' '' (வாடிவாசல் - ப. 70) எனப் பரவலாகப் பலராலும் பேசப்படும் பேச்சு, ஜமீன்தாரைக் குறிப்பதாகக் கருதமுடிகிறது.

முடிவுரை

ஜல்லிக்கட்டு என்ற வீர விளையாட்டினை கதைக்களமாகக் கொண்டது 'வாடி வாசல்' நாவல். ஜல்லிக்கட்டு ஒன்றில் ஜமீன்தாரின் காளையால் குத்தப்பட்டு, சில காலம் கிடையில் கிடந்து உயிர் விட்ட தந்தையின் கடைசி ஆசையை நிறைவேற்ற, களத்திற்கு வந்து காளையை அடக்கிய பிச்சி என்பவன் தைரியத்தை நிலைநாட்டி மகன் தந்தைக்காற்றும் உதவியாக நாவல் அமைந்திருக்கிறது. ஜமீன்தார் என்ற மிகப்பெரியவர், தனது காளையை ஒருவன் அடக்கியதால் அவமரியாதை அடைந்ததாகக் கருதி அதைச் சுட்டுக் கொன்று நிம்மதியடைந்ததையும் நாவலின் போக்கில் அறியமுடிகிறது. தந்தையின் மானம் காக்க களத்தில் போராடிய மகனின் மனதையும் காளையின் உரிமையாளரான ஜமீன்தாரின் அதி

கார மனத்தையும் உணர முடிகிறது. வீரனாக இருப்பினும் ஆளும் வர்க்கத்துக்கு அடிபணிந்து குனிந்து, கும்பிடுபோட்ட சமூக ஏற்றத்தாழ்வினையும் நாவல் சித்திரித்துள்ளது. மேலும் ஜமீனின் அதிகாரத்தை விட, பிச்சி தந்தையின் மேல் வைத்த அன்பு வென்றுவிடுகிறது என்பதை வாடிவாசல் நாவல் காட்டிவிட்டது.

பயன்பட்ட நூல்கள்

1. வாடிவாசல் - சி. சு. செல்லப்பா, திருத்திய நான்காம் பதிப்பு: மார்ச் 2005, காலச்சுவடு பதிப்பகம், 669 கே.பி. சாலை, நாகர்கோவில் - 629 001.

2. திருக்குறள் - தெளிவுரை, டாக்டர் மு. வரதராசனார், திருநெல்வேலி, தென்னிந்திய சைவசித்தாந்த நூற்பதிப்புக் கழகம், லிட்., 154, டி.டி.கே. சாலை, சென்னை - 600 018

13

மதுவிலக்கும் மனிதனும்

மனித சமுதாயம் மாட்சிமை பெற்று விளங்க இலக்கியங்கள் பல தோன்றி நன்-
னெறி காட்டின. ஒருவனுக்கு ஏற்படுகின்ற தீமையும் நன்மையும் பிறரால் ஏற்-
படுவது கிடையாது என்னும் கருத்து, "தீதும் நன்றும் பிறர்தர வாரா" முதலிய
கூற்றுகளின் வழி உணர்த்தப்பட்டன. தனிமனிதனின் சுய ஒழுக்கமே அவனுடைய
சமூகத்தின் உயர்வுக்கும் தாழ்வுக்கும் நிலைக்களனாக அமைகிறது. பேரின்பத்-
தைத் தேடாமல், சிற்றின்பத்தில் மகிழ்ந்தும் மூழ்கித் திளைத்தும் தங்களைத் தாமே
அழித்துக் கொள்ளும் நிலைக்குப் பலர் சென்றனர். இந்நிலையில் தமிழ்மொழி-
யில் இறவாத புகழுடைய பெருநூல்கள் பல தோன்றி தீய வழியில் செல்வோரை
விலக்கி நல்வழிகாட்டப் பயன்பட்டன.

தனிப்பட்ட ஒருவனின் செயல்பாடென்று உலகில் எதுவும் இல்லை. "ஒருவர-
றிந்தது உலகறிந்தது" என்பர். அதைப்போன்றே ஒருவர் செய்தது உலகம் செய்-
ததாக அமைந்து விட வாய்ப்புண்டு. நல்லொழுக்கம் இன்றி அறிவை மழுங்கச்
செய்து, தன்னையும் தன்னைச் சார்ந்தோரையும் துயரத்தில் வீழ்த்தும் சக்தி மது-
விற்கு உண்டு. மதியை மழுங்கச் செய்யும் மதுவினால் ஏற்படும் தீங்குகளை இலக்-
கியங்கள் எடுத்துக்காட்டியுள்ளன.

நுண்மான் நுழைபுலம் கொண்ட சான்றோர் பெருமக்கள் அவ்வப்போது தோன்றி
மதுவிற்கு எதிராகப் பரப்புரை மேற்கொண்டனர். சிலருக்குச் சான்றோர் கருத்துகள்
தேன் வந்து பாய்ந்தது போலவும் பலருக்குத் தேள் கொட்டியது போலவும்
அமைந்தன. உலகப்பொதுமறையாம் திருக்குறளில் கள் எனும் மதுவினால் ஏற்படும்
தீங்கினை வள்ளுவப் பெருந்தகை குறிப்பிட்டுள்ளார்.

"துஞ்சினார் செத்தாரின் வேறுஅல்லர் எஞ்ஞான்றும்
நஞ்சுஉண்பார் கள்உண் பவர்" (குறள்-926)

உறங்குபவர் உயிருடையரவராக இருப்பினும் அறிவுமு; மனவுணர்வும் அந்நி-லையில் இல்லாமையால் இறந்தவராகக் கருதப்படுவர். அதுபோல், கள்ளுண்பவர் இறவாமல் இருப்பினும் அறிவையும் உடல்நலத்தையும் இழந்து கொண்டே இருப்-பதால், நாள்தோறும் நஞ்சு உண்பவராகக் கருதப்படுவர். இக்குறளின் வழி உயிரை அணு அணுவாகக் கொல்லும் நஞ்சாக மது விளங்குவது புலனாகிறது.

சிலப்பதிகாரக்காப்பியத்தில் கோப்பெருந்தேவியின் சிலம்பைக் கோவலன் திரு-டினான் என்ற பொய்ச்செய்தி பாண்டிய மன்னன் காதில் விழ, ஆராய்ந்தறியாத மன்னன் திருடியவனைக் கொன்று அச்சிலம்பு கொணர்க என உத்தரவிட்டான். சூழ்ச்சி மிகுந்த பொற்கொல்லன், காவலர்களைக் கோவலன் இருந்த இடத்திற்கு அழைத்துச் சென்றான். அப்போது காவலர்கள், நல்லவனுக்குரிய இலக்கணமுறை-மையோடு இவன் காணப்படுகிறான். இவன் கள்வன் அல்லன் என்றனர். கொலை செய்வதில் குறிக்கோள் கொண்டிருந்த கொல்லன் கள்வர் திறன் பற்றிப் பலவாறு கதை கூறினான். இச்சூழலில் கள்ளுண்ட காவலன், தன் வாளால் கோவலன் உடலில் நடுவே வெட்டினான் என்பதை,

" கல்லாக் களிமகன் ஒருவன் கையில்

வெள்வாள் எறிந்தனன்! விலங்கு ஊடு அறுத்து" - (சிலப்பதிகாரம்-கொலைக்-களக்காதை)

என்ற வரிகள் உணர்த்தியுள்ளன. கள்ளுண்பவன் சிந்தை தெளிவற்றது. சூழ்ச்சி;க்கு மதிமயங்கிய கள்ளுண்டவன், கோவலனைக் கொன்றானென்பதை அறிய முடிகிறது.

காவிரிப்பூம்பட்டினத்தில் ஆதிரை என்ற கற்பரசி வாழ்ந்தாள். அவள் கணவன் சாதுவன் என்பவன் மது முதலிய தீயசெய்கைகளால் பொன்னையும் பொருளையும் இழந்தான். பின்னர் நல்லறிவு பெற்று வணிகம் செய்யக் கருதி கடல் வழி பயணம் மேற்கொண்டான். நடுக்கடலில் கப்பல் செல்லும்போது சுழற்காற்றால் கப்-பல் சிதைந்தது. சிதைந்ததில் கிடைத்த மரமொன்றை வைத்து ஒரு தீவில் கரை-யேறினான். அத்தீவானது நரமாமிசம் உண்ணும் நாகர்கள் வாழ்கின்ற பகுதி. சாது-வனைக் கண்ட நாகர்கள் தங்கள் தலைவனிடம் அழைத்துச் சென்றனர். நாகர் மொழியை அறிந்திருந்த சாதுவன் தலைவரிடம் தனக்கேற்பட்ட துன்பத்தை எடுத்-துரைத்தான். மனமிரங்கிய தலைவன் சோர்வுற்ற இவனுக்கு வெம்மையான கள்-ளும் மாமிசமும் வேண்டிய மட்டும் கொடுங்கள் எனச் சேவகர்களிடம் கூறினான். இதைக் கேட்ட சாதுவன் திடுக்கிட்டு, "கொடுமையான சொற்களைக் கேட்டேன். இவை வேண்டேன் எனக்கூறினான்.

தலைவன் மகிழ்ச்சியைத் தரும் கள் முதலானவற்றை வேண்டாம் எனக் கூறி-யதற்கான காரணத்தைக் கேட்க சாதுவன் பின்வருமாறு பதிலளித்தான்.

" மயக்கும் கள்ளும் மன்னுயிர் கோறலும்

கயக்குஅறு மாக்கள் கடிந்தனர் கேளாய்'' - (மணிமேகலை - ஆதிரை பிச்-சையிட்ட காதை)

தலைவனே! அறிவு ஒன்றே மானிடப் பிறவியில் நாம் பெற்ற செல்வங்களுள் முதன்மையானது. அவ்வறிவொன்றே விலங்குகளிடமிருந்து மனிதனை வேறுப-டுத்திக் காட்டுகிறது. அவ்வறிவால் நன்மை தீமைகளைப் பகுத்து உணர்கிறோம். அறிவே நம்மை உயர்ந்த இடத்திற்குக் கொண்டு செல்லும். மதுவானது அறிவை மயக்கி கீழ்நிலைக்கு நம்மைக் கொண்டு செல்லுமென்று உணர்த்தினான்.

திருவாங்கூரில் மதுவிலக்குத் தெடங்கியபோது, மக்களிடையே விழிப்புணர்வை ஏற்படுத்த கவிமணியால் பாடல் பாடப்பட்டது.

'' வள்ளலெங்கள் காந்திமகான் வாக்குப் பலித்ததடா!

துள்ளுமுன் பேயாட்டம் தொலைந்ததடா!- கள்ளரக்கா!

வஞ்சிவள நாட்டிலுன் வாழ்வற்றுப் போச்சுதடா!

நெஞ்சிலுணர்ந் தோடடா! நீ. - (மலரும் மாலையும் - மதுவிலக்குப் பாடல்கள்)

மனிதனின் சிந்தனையை அழிக்கும் கள்ளினை, 'கள்ளரக்கன்' எனப் பாடி-யுள்ள நிலை கள்ளினால் ஏற்பட்ட தீமையைப் பறை சாற்றுகிறது.

முடிவுரை

மதுவானது மனித வாழ்க்கை அழிவதற்குக் காரணமாக அமைகின்றது. சமூகத்-தில் அமைதியின்மையும் ஒற்றுமையின்மையும் நிலவுவதற்குரிய சூழலுக்கு அடித்த-ளமாக மது அமைகின்றது என்பதையுணர்ந்து, அதை வெறுக்கி ஒதுக்கினால் மட்-டுமே சுழகமான வாழ்க்கையை சமூகத்திலுள்ள ஒவ்வொருவரும் பெற முடியும்.

குறிப்புதவி நூல்கள்

1. திருக்குறள் - ஞா. தேவநேயப் பாவாணர் உரை

2. சிலப்பதிகாரம் - ஞா. மாணிக்கவாசகன் உரை

3. மணிமேகலை — சிலம்பொலி சு. செல்லப்பன் உரை

4. மலரும் மாலையும் - கவிமணி தேசிகவிநாயகம் பிள்ளை

14

பார் போற்றும் பழனியம்பதி

உலகில் வாழும் உயிரினங்கள் அனைத்தும் இறையருளின் துணை கொண்டே தோன்றுகின்றன. படைப்புக் காலந்தொட்டே மனிதர்கள், தன்னைத் தோற்றுவித்த இறைவனை தன் உள்ளத்தாலும் உணர்வாலும் ஒன்றி வழிபடுவதை வழக்கமாக வைத்துள்ளனர். அவ்வகையில் பரந்து விரிந்த இந்தவுலகத்தில் தமிழ்க்கடவுளாம் பழனியம்பதியில் வீற்றிருக்கின்ற தண்டாயுதபாணி தெய்வத்தை வணங்குகின்ற-வர்கள் கோடிக் கணக்கில் உள்ளனர். பொதினி என்ற பழனியம்பதியில் பால தண்டாயுதபாணியாக விளங்கும் முருகப் பெருமானை வணங்காதவர்கள் இல்லை என்று சொல்லும் அளவுக்கு, உலகெங்கும் வாழும் தமிழர்கள் மட்டுமல்லாது பிற நாடுகளில் வாழ்கின்றவர்களும், தமிழ்மொழியைத் தாய்மொழியாகக் கொள்ளாத பிறமொழி பேசும் பக்தர்களும் போற்றி வணங்கும் கடவுளாகப் பழனியாண்ட-வர் விளங்குகிறார். இத்தகு சிறப்புகளுக்கெல்லாம் முதன்மையானவராகத் திகழும் பாராளும் பாலமுருகன், பார் போற்றும் பழனியம்பதியில் நின்று மனிதவுயிர்களை காத்தருள்கிறார். பழனியின் பழமை, தண்டாயுதபாணி சிலை உருவான நிலை உள்ளிட்டவற்றை ஆராய்வதாக இக்கட்டுரை அமைகின்றது.

பழம் பெருமை மிக்க பழனி

திருவருள் மிக்க பழனியம்பதி தொன்மையும் பழமையும் கொண்டு இலங்குகின்-றது. பிறவியெனும் பெருங்கடலினின்று பிழைத்து வாழ்வதற்குரிய படகாக விளங்-கும் பழனியானது, தொன்மைச் சேரனும், தென்னவனாய் நின்று சங்கம் வைத்-துத் தமிழ் வளர்த்த மதுரையம்பதியை ஆண்ட பாண்டியனும் ஒருங்கே போற்றிய கொங்கு வைகாவூர் நாட்டுப் பழம்பதியாக, கால வரையறை செய்ய முடியாத பழமையும் பெருமையும் மிக்கது. " உமாதேவியாரும் சிவபெருமானும் இளங்குழவி-

யாகிய முருகனை '' ஞானப் பழம் நீ'' எனக் காதலோடு அழைத்ததால் முருகன் வீற்றிருக்கும் இக்குன்றினுக்கும் இப்பதிக்கும் பெயர் '' பழம் நீ'' என வழங்கப் பெற்று பின் அச்சொல் மருவி'' பழநி'' என வழங்கலாயிற்று எனவும், பழனங்கள் (வயல்கள்) சூழ்ந்த இடமாக இருந்ததால் ''பழனி'' என வழங்கப்பட்டதாகவும் கூறுவர். (பழநித்தல வரலாறு — ப.எ.2)

முருகப்பெருமானுக்குரிய ஆறுபடை வீடுகளைக் குறிப்பிடும் போது, பத்துப்-பாட்டு நூல்களுள் முதலாவதாக அமைந்த திருமுருகாற்றுப்படை மூன்றாம் படை-வீடான பழனியம்பதியை, திருவாவினன்குடி என்று குறிக்கின்றது. பழனிமலையின் அடிவாரத்தில் பால தண்டாயுதபாணியாக மயில் மேல் வீற்றிருக்கும் இத்தலமே திருவாவினன்குடி, இன்று மக்கள் மத்தியில் யானைக் கோயில் என்ற பெயரால் பேச்சு வழக்கில் சொல்லப்படுகின்றது. திருவாவினன்குடி கோயிலின் உள் பகு-தியி;ல் கருவறையைச் சுற்றி வரும் வழியில் திருவாவினன்குடி என்ற சொல்-லைப் பிரித்து அதற்கான விளக்கமும் எழுதப்பட்டிருந்தது. திரு (இலட்சுமி) + ஆ(காமதேனு) + இனன்(சூரியன்) + கு (பூமா தேவி) + டி(அக்னி) சொற்பிரிப்பு அடிப்படையில் இவ்விதமாகப் பிரித்து எழுவதைப் பிழை என்று கொண்டாலும், இலட்சுமி, காமதேனு, சூரியன், பூமா தேவி, அக்னி ஆகிய தெய்வங்கள் முரு-கப்பெருமானை இத்தலத்தில் வந்து வணங்கிப் போற்றினர் எனக் கூறுவர். மேலும் இலட்சுமி உள்ளிட்ட ஐந்து கடவுளர்க்கும் கோயிலுள் கற்சிலைகளும் வைக்கப்பட்-டுள்ளன.

திருமுருகாற்றுப்படையில் பிரம்மதேவனின் பழைய நிலையை மீட்டு;த் தரவும், ஆதித்தர் பன்னிரண்டு பேர், உருத்திரர் பதினோரு பேர், வசுக்கள் எட்டுப்பேர், மருத்துவர் இருவர் என முப்பத்து மூன்று தேவர்களும், பதினெண் தேவ கணங்-களும், நட்சத்திரம் போன்ற வாழ்வும் கடலிடையே தோன்றும் புயல் காற்றுப் போலும் வேகமும், தீப்போன்ற வலிமையும் இடிக்குரல் ஒத்த வல்லமையும் தாங்கள் பெற வேண்டும் என்று முருகனை வணங்கினர். வேண்டியவர்களுக்கு வேண்டி-யதை வழங்குவதற்காக வான்விட்டு வந்து போற்றுதலுக்குரிய தெய்வயானை அம்-மையுடன் திருவாவினன் குடியில் இருந்தபடி அருள்மழை பெய்யவும் செய்வான் எனக் கூறப்பட்டுள்ளது.

'' ...
தாவில் கொள்ளை மடந்தையொடு சில்நாள்
ஆவினன்குடி அசைதலும் உரியன்...'' (திருமுருகாற்றுப்படை 175 - 176)

முருகப்பெருமான் அருள்பாலிக்கின்ற இத்திருத்தலம் சித்தன் வாழ்வு, பழனா-புரி, வையாவிக் கோப்பெரும் பேகன் ஆண்ட பகுதியாக இருந்ததால் வையாபுரி என்றும், மலையைச் சார்ந்து இவ்வூர் அமைந்ததால் பொதினி என்றும் வழங்கிய-தாகக் கூறுவர்.

அருணகிரிநாதர் தாம் பாடிய கந்தரலங்காரத்தில் பழனியம்பதியைப் பழநி என்றே சொல்லி முருகனைப் பாடியுள்ளார்.

" படிக்கின் நிலைபழ நித்திரு நாமம் படிப்பவர்தாள்
முடிக்கின் நிலைமுரு காவென் கிலைமுசி யாமலிட்டு
மிடிக்கின் நிலைபர மானந்த மேற்கொள விம்மி
நடிக்கின் நிலைநெஞ்சமே தஞ்சமேது நமக்கினியே" – (கந்தரலங்காரம் - பா.எ.75)

தன் நெஞ்சிடத்தில் பேசும்போது, பழநியில் எழுந்தருளியிருக்கின்ற எம்பெருமானது திருநாமங்களைப் படிக்கின்றாயிலை. எம்பெருமானது திருநாமங்களைப் படிக்கின்ற அடியார்களது திருப்பாதங்களை தலையில் சூடிக் கொள்கிறாயில்லை. இப்படியாகச் சொல்லி, பழனியம்பதியில் கோயில் கொண்டுள்ள முருகனின் திருநாமங்களை எப்போதும் சொல்லிக் கொண்டேயிருக்க வேண்டும் என உணருமாறு பாடியுள்ளார்.

புராணத்தில் பழனியம்பதி

பழனி மலையும் இடும்பமலையும் , சிவகிரி, சத்திகிரி எனக் கயிலாயத்திலிருந்து வந்ததாகவும், சிவபெருமான் அகத்திய முனிவருக்காக மலைகளைக் கொடுக்க, அவைகளைப் பொதிகைமலை இருக்கும் பகுதிக்கு இடும்பாசுரன் கொண்டு போகப் பணிக்கப்பட்டான். இரு மலைகளையும் காவடிபோல் எடுத்துக் கொண்டு இடும்பாசுரன் வரும் போது, அவனுக்குக் களைப்பு ஏற்பட்டது. களைப்பு நீங்க இப்போதிருக்கும் இடத்தில் மலைகளை இறக்கி வைத்துவிட்டு இளைப்பாரினான். மீண்டும் மலைகளை எடுக்க முயன்ற போது, சிவகிரியைத் தூக்க முடியவில்லை. பாலனாக இருந்த முருகப் பெருமான் மலையின் மீதிருந்த குரா மரத்தின் அடியில் நின்றிருந்தார். இதனையறிந்த இடும்பாசுரன், முருகனின் மீது போர் தொடுக்க, இறுதியில் இடும்பாசுரன் இறந்து போனான். இடும்பனின் இறப்பால் அதிர்ந்த இடும்பி முருகனை வேண்ட, முருகப் பெருமான் இறந்தவனைப் பிழைக்கச் செய்தார். மேலும் முருகனிடம் இடும்பி இரு வரங்களைக் கேட்டுப் பெற்றாள். அவ்வரங்களினால் இடும்பன், மலையின் ஒரு புறத்தில் வாயில் காப்பவனாக இருக்கவும், இடும்பனைப் போல் காவடி சுமந்து வரும் பக்தர்களின் குறைகளைப் போக்கவும் வேண்டிக் கொண்டதாகப் பழனித் தல புராணம் கூறுகிறது.

போகரால் உருவாக்கப்பட்ட நவபாசாணச் சிலை

பழனியம்பதியில் திருவாவினன்குடி, பழனி மலை இரண்டு அருகருகே அமைந்துள்ளன. இவற்றுள் முருகப்பெருமான் குழந்தை வேலாயுதசாமியாக மயில் மேல் அமர்ந்திருக்கிறார். இங்கு வீற்றிருக்கக் கூடிய முருகனை வணங்கிய பிறகே, மலையின் மேல் இருக்கும் முருகனை வணங்க வேண்டும் என்பர். இத்திருத்தல முருகனின் திருமேனி கல்லால் உருவாக்கப்பட்டது . மலைக் கோயிலின் மேல்

உள்ள தண்டாயுதபாணி சிலை, காலாங்கி நாதரின் சீடரான போகர் என்ற சித்த‌ரால் உருவாக்கப்பட்டது என்று கூறுவர். நவபாசாணங்கள் என்றால் ஒன்பது விசத்‌தன்மை கொண்ட பொருள்கள் என்றும் ஒன்பது மூலிகைகள் என்றும் சொல்கின்‌றனர். நவபாசாணத்தால் உருவாக்கப்பட்ட தண்டாயுதபாணியின் சிலை கல்லால் ஆன சிலை அன்று.

நவபாசாணங்கள் பற்றிக் குறிப்பிடும் போது, " லிங்கம், வீரம், பூரம், தாளகம், மனோ சிலை, கௌரி, வெள்ளைப் பாசாணம், கந்தகம், குதிரைப்பல் பாசாணம் (அல்லது) ரச செந்தூரம் ஆகிய ஒன்பது வகையான மருந்துகளின் கூட்டாகும்" (பழனி முருகன் வழிபாட்டில் காணிக்கைகள்) எனக் குறிப்பிடப்பட்டுள்ளது. இவற்‌றோடு சேர்த்து மூப்பு (அல்லது) கற்பம் என்ற பொருளும் சேர்க்கப்பட்டுள்ளதாகக் கூறுவர். இன்னும் சில நூலாசிரியர்கள் நவபாசாணங்களைப் பற்றிக் கூறும் போது அவற்றுள் சில மாறியுள்ளன. ஒரு வேளை மருந்துப் பொருட்கள் வேறு வேறா (அல்லது) மருந்துப் பொருட்களுக்குரிய வேறு பெயர்களா என்பது புலப்படவில்லை.

நவபாசாணங்கள் என்பன, வீரம், பூரம், ரசம், ஜாதி லிங்கம், கந்தகம், கௌரி பாஷாணம், வெள்ளை பாஷாணம், மிருதார்சிங், சிலாஹித் எனவும் குறிப்பிட்டுள்‌ளனர். இந்த ஒன்பது மூலிகைகளும் மூலப் பொருட்கள். இவையன்றி இன்னும் பல பொருட்களையும் கலந்து திரவநிலையில் உள்ளவற்றை கெட்டியாக திடப்‌பொருளாக மாற்றிச் சிலையை உருவாக்கினார் என்பர். "போகரின் தலைமை‌யில் 81 சித்தர்கள் ஒன்று சேர்ந்து, 81 வகையான பொருட்களைக் கலந்து ஒன்‌பது கலவைகளாக்கிய பிறகு நவபாசாணக்கட்டு உருவாக்கப்பட்டது. இந்த ஒன்பது விதமான கலவைகளை ஒன்பது விதமான எரிபொருள்களைக் கொண்டு காய்ச்சி, 81 முறை வடிகட்டி சுத்தி செய்யப்பட்டு;ள்ளதாகப் போகர் பாடல்களில் குறிப்பிடப்‌பட்டுள்ளது" (அதிசய சித்தர் போகர் — ப. எ. 48). மேலும் இந்த பாசாணக் கலவையில் லிங்கம், செந்தூரம், பாதரசம், ரச கற்பூரம் ,வெடி உப்பு, பாறையுப்பு, சவுட்டுப்பு, வாலையுப்பு, எருக்கம்பால், கள்ளிப்பால், வெண்காரம், சங்குப் பொடி, கல்நார், பூநீர், கந்தகம், சிப்பி, பவளம், சுண்ணாம்பு, சாம்பிராணி, இரும்பு, வெள்‌ளீயம், அரிதாரம், குன்றிமணி போன்ற பல சாமான்களும் பயன்படுத்தப் பட்டுள்ள‌தாகக் கூறுகின்றனர். இவற்றையெல்லாம் பயன்படுத்தி சிலையாகக் கட்டும் போது அதைச் செய்பவர்கள் சிலமணி நாழிகைகள் சுவாசிக்கக் கூடாது. இவை விசத்‌தன்மை கொண்டவை. சுவாசத்தைக் கட்டுப்படுத்த சித்தர்கள் முறையான பிரா‌ணயாமப் பயிற்சி பெற்றிருந்திருப்பார்கள் என்ற கருத்தும் நிலவுகிறது.

பாசாணங்களை வைத்துக் கட்டப்பட்ட இந்தச் சிலை உஷ்ணத்தை வெளியிடக் கூடியது. அதற்காகவே போகர் எழுதி வைத்த முறையில் ஆறுகால பூசைகள், அபிசேகங்கள் செய்து வரப் படுகின்றன. மேலும் முருகப் பெருமானின் இச்சிலை மனித சதை போன்றது என்றும், முருகன் குளிர்ச்சியாக இருக்க வேண்டும் என்ப‌

தற்காக கருவறையைச் சுற்றி நீர் இருக்கவேண்டும் என்றும் சொல்லப்பட்டுள்ளது.

பிரபந்தத் திரட்டு

பழனி,முத்தமிழ்ச் சக்கரவர்த்தி மாம்பழக் கவிச்சிங்க நாவலர், 'பிரபந்தத் திரட்டு' என்ற பெயரி;ல் பழனி முருகனின் பெருமைகளைச் செய்யுள் வடிவில் எழுதியுள்ளார். வைசூரி நோயால் கண் பார்வையை சிறு வயதிலேயே நாவலர் இழந்து விட்டார். இவரது தந்தை தனயனின் முதுகில் எழுத்துக்களை எழுதிக் காட்டி கல்வியறிவை ஊட்டினார். பின்னர் அனைத்து இலக்கண, இலக்கியங்க-ளையும் இவர் ஆசிரியர்களின் வழிக் கற்றுக் கொண்டார். திருநீற்றின் சிறப்பை முருகப் பெருமானை வைத்துப் பாடியுள்ளார்

" வேற்று மருந்து ஏன்? விபூதி ஒன்றே போதாதோ?

தேற்றுன் அருள் மாத்திரம் இருந்தால் - காற்றுலவு

பஞ்சாமே நோய் அனைத்தும்! பார்த்துப்பழனி வள்ளால்!

அஞ்சாமே ஆள்வது அறன்" - (பிரபந்தத் திரட்டு —— பா. எ. 70)

பழனியம்பதியை ஆளும் வள்ளலாகிய முருகப் பெருமானின் திருநீறு இருந்-தால், நோய்கள் தீர வேறு மருந்து வேண்டியதில்லை. முருகனின் அருள் இருந்-தால் நோயனைத்தும் காற்றில் செல்லும் பஞ்சுபோல் பறந்து சென்று விடும் என்-பதாகப் பாடியுள்ளார்.

முடிவுரை

காலங்கள் பல கடந்தும் பழனியம்பதி தனிச் சிறப்போடு இலங்குவதற்கு அதன் பழமையும் முருகப் பெருமானின் திருவருளும் காரணமாக இருந்திருக்கின்றது என்பதை இக்கட்டுரை தெள;ளிதின் விளக்கியுள்ளது.

துணை நூற்பட்டியல்

1. பழநித் தல வரலாறு —— டாக்டர். இரத்தின கிருட்டிண மூர்த்தி (ப.ஆ) 1995, பழனி அருள்மிகு தண்டாயதபாணி சுவாமி திருக்கோயில் வெளியீடு

2. பத்துப்பாட்டு - மூலம் - விளக்க உரையுடன் - ஞா. மாணிக்கவாசகன், 2007, உமா பதிப்பகம், சென்னை —— 600 001

3. கந்தரலங்காரம் கந்தரநுபூதி மூலமும் உரையும் - புலவர் பி.ரா. நடராசன், 1993, முருகன் திருச்சபை, 87/1 வாணப் பட்டரைத் தெரு, திருச்சி —— 2

4. பழனி முருகன் வழிபாட்டில் காணிக்கைகள் - முனைவர் க. கிருஷ்ண-மூர்த்தி, 2015, சரண்யா தென்றல் பதிப்பகம், சிவகிரிப்பட்டி, பழனி

5. அதிசய சித்தர் போகர் - எஸ். சந்திரசேகர், 2019, கற்பகம் புத்தகாலயம், தியாகராய நகர், சென்னை —— 600 017

6. பிரபந்தத் திரட்டு —— மாம்பழக் கவிச்சிங்க நாவலர் - புலவர் இல. பழனிச்-சாமி (உ.ஆ) 2003, நல்லமுத்துக் கவுண்டர் மகாலிங்கம் கல்லூரி, பொள்ளாச்சி —— 642 001

15

உன்னோடு நான் காட்டும் உள்ளக்கிடக்கை

முன்னுரை

உலகில் வாழும் உயிரினங்களின் வாழ்க்கை ஏதேனும் ஒரு தேடலை மையமாகக் கொண்டே செல்கிறது. தேடலுக்கான ஒவ்வொரு முயற்சியும் ஆழ்மனதின் அடியில் சிறு விதையாக விழுந்து பின்னர் விருட்சமாகி விழுதாகி நிலைபெறுகிறது. பாரதியின் வாழ்க்கையும் விடியலுக்குப் பகலவனாய் பல்வேறு கருத்துக்களை கருவாகச் சுமந்து பிரசவித்திருக்கிறது. கவிஞர் ரவியின் படைப்பும் பாரதியின் தீட்சண்யமான பார்வையோடு நம்மைப் பயணிக்க வைக்கிறது. கவிதையின் ஒவ்வொரு வார்த்தையும் அணுவைத்துளைத்து கடலைப் புகுத்துவதாய், மிகச்சிறந்த சொல்லாடல்களால் எட்டாத தொலைவில் இருக்கும் பலவற்றை நம்மிடையே ஈர்த்து வந்து பேசவைக்கிறது. இயற்றமிழும் நாடகத்தமிழும் எண்ணிலா அனுபவத்தைக் கொண்டு விளங்குகிறது. அவ்வகையில் கவிஞரின் உன்னோடு நான் படைப்பை ஆராய்வதாக இக்கட்டுரை அமைகிறது.

சொர்க்கத்தைக் காட்டுகிறேன்

" அறம், பொருள், இன்பம், வீடடைதல் நூற்பயன் " என்பது தமிழ்ச்சமுகம் கண்ட மெய்ந்நெறியாகும். வீடடைதல் சொர்க்கத்தை அடைதல் எனச் சொல்லப்படுகிறது. நான்காவது நிலையாகிய வீட்டின்பத்தை அடைதலே மாந்தருக்குரிய இறுதி நிலையாகக் கூறப்படுகிறது. அப்படிப்பட்ட வீடுபேற்றினை அடைவதற்கு கவிஞர் ரவி தன்னுடைய கவிதையின் வாயிலாக நல்லதொரு வழியைக் காட்டிச் செல்கிறார். சிற்றின்ப நிலையினின்று நீங்கி பேரின்ப நிலையை அடைவதற்கான வழிமுறைகள் கவிதையில் வெளிப்படுகின்றது. கவிதை எழுதினால் மட்டும் போதாது. அதை ரசிக்க ரசிகனோ, ரசிகையோ கட்டாயம் இருக்க வேண்டும்.

அப்படியில்லையென்றால் கவிதை முழுமைபெறாது என்பதை ரசிகனிடம் பகிரங்க-
மாக வெளிப்படுத்துகிறார் கவிஞரிடம் ரசிகன் அனுபவச்சூழலில் பங்கேற்க அனு-
மதி கேட்கிறான். அதற்குக் கவிஞர், "அனுமதியா? உனக்கா? நீ இல்லாமல் எந்
தக் கவிதையும் முழுமை பெறாது ரசிகா! என் கவிதைகளை முழுமை செய்ய
வந்த முழுநிலவே என்று வரவேற்கிறேன்" என்கிறார். அனுபவத்தை ரசிகன்
அடைய தன்னுடைய சொற்களோடு பயணிக்கும்படி வேண்டுகோள் விடுக்கிறார்
கவிஞர்.

" என்
சொற்களுக்குள் ஏறிக்கொள்
சொர்க்கத்தைக் காட்டுகிறேன் – என்
கற்பனைப் புரவியை உன்
கண்களில் பூட்டுகிறேன்"

என்ற வார்த்தைகளில் தன்னோடு பயணிக்க வேண்டுமென்றால் சொற்களுக்-
குள் ஏறிக்கொள்ள வேண்டும் என்கிறார் கவிஞர். சொற்கள் புரிந்தால்தான்
அதனுடைய பொருள்கள் புலப்படும். கவிஞர் தான் பெற்ற அனுபவத்தை ரசி-
கனுக்கு புலப்படுத்த முடியும். கவிதையும் ரசிகனும் துலாக்கோலின் இரண்டு தட்-
டுகள் போன்று என்பதை உணர்ந்ததன் வெளிப்பாடாகவே மேற்கண்ட கவிதையின்
பொருளை உய்த்துணர முடிகின்றது.

உலகில் படைப்பது மட்டுமே இயற்கை, கவிஞரின் வேலை. அதனை அனுப-
விப்பதும் பயனடைவதும் ரசிகரின் வேலை. கற்பனை என்ற ஒற்றைச்சொல் உண்-
மையை மேலும் பட்டைதீட்டும் மகத்தானதொரு பணியை செவ்வனே செய்கி-
றது. கண்ணில் கண்டதையும் காணாததையும் ஒப்பனை செய்து முன்னிறுத்துகிறது.
சொற்களுக்குள் மூழ்கி அதனோடு பயணித்தால் ரசிகனால் பரவசநிலையினை
அடைய முடியும். "நீ எதை நினைக்கிறாயோ அதுவாக ஆகிறாய்" என்ற சுவாமி
விவேகானந்தரின் கருத்துக்கு ரசிகனின் மனநிலையைச் சான்றாகக் காட்டலாம்.

மனிதர்கள் எல்லாமும் உடனே கிடைக்க வேண்டும் என்ற மனநிலையை
உடையவர்களாக இருக்கின்றனர். பெரும்பாலானவர்களுக்கு இஃது சாத்திய-
மில்லை. பல துன்பங்களைக் கடந்த பின்னரே இன்பஊற்றை அறிய முடியும்.
இதைப் புரிந்து உணர்ந்தவர்கள் வெகுசிலரே. கவிஞர் இக்கருத்தை பின்வரும் வரி-
களில்,

" அதோ! அந்தக்
கானல் நீரைக் கடந்து சென்றால்
கற்பகச்சோலை வரும்"
என இயல்பாக எடுத்துரைத்துள்ளார்.
கவிஞனின் மனைவி

கவிஞன் இறந்தாலும் அவனது கவிதை சாகாவரம் பெற்ற சிறப்பினை உடையது. காலங்கள் பல கடந்தாலும் உணர்வோடு ஒன்றி இருப்பது. கவிஞனது உடலுக்கு அழிவுண்டு. அவனது ஆன்மா கவிதையின் ஒவ்வொரு எழுத்திலும் சுவாசித்துக் கொண்டிருக்கிறது. கவிதை உலகில் அழிவென்ற பேச்சுக்கே இடமில்லை. தன்னால் நேரில் பார்க்க முடியாத, உணரமுடியாத ஒன்றை கவிதையின் மூலமாக உயிர்ப்படையச் செய்யும் ஆற்றல் தலைசிறந்த கவிஞனுக்கு உண்டு. இக்கருத்தை கவியரசர் கண்ணதாசனின் கவிதை வழியாக கவிஞர் ரவியால் மேற்கோள் காட்டப்பட்டுள்ளது.

" நான் நிரந்தரமானவன் அழிவதில்லை எந்த
நிலையிலும் எனக்கு மரணமில்லை"
- கவியரசர் கண்ணதாசன்.

கவிஞன் இறந்துவிட்டான். அவனது உற்றார், உறவினர் அனைவரும் கதறித்துடிக்கின்றனர். அவனது பிணத்திற்குச் சடங்குகள் செய்யவும், அவனது உடலை எடுத்துச் செல்லவும் தேவையான ஏற்பாடுகள் அனைத்தும் நடந்து கொண்டிருக்கின்றன. இழவு வீட்டிற்கு தொடர்பில்லாதவள் போல் பெண்ணொருத்தி அமர்ந்திருக்கிறாள். அவளிடமிருந்து ஒருதுளிக்கண்ணீர் கூட புலப்படவில்லை. இத்தனைக்கும் அவள் வேறு யாருமில்லை. கவிஞனின் மனைவி. அவள் கவிஞனின் கவிதைகளில் அவனை உயிர்ப்புடையவனாகப் பார்த்துக் கொண்டிருக்கிறாள். சலனமில்லாமல் கவிதைகளோடு வாழ்ந்துகொண்டிருக்கிறாள். அங்கிருப்பவர்கள் பிணத்தை அப்புறப்படுத்த வழி கேட்கின்றனர்.

" புதைப்பதா எரிப்பதா
அழுகிப் போகும் சடலத்தைத்தான்
அப்புறப் படுத்த வழிகேட்கின்றார்
அவள் மட்டும் அழவே இல்லை
காரணம் அவளந்தக் கவிஞனின் மனைவியாம்"

கவிஞனின் மனைவி அவன் இறந்ததாகக் கருதவில்லை என்பதைக் கவிதை பறைசாற்றியுள்ளது.

சமுதாய உணர்வு

கவிதைகள் வெறும் ரசனைக்கானது மட்டுமல்ல; வாழ்க்கைக்கானது, சமுதாயத்துக்கானது என்பதை நன்முறையில் கவிஞர். ரவி எடுத்துரைக்கிறார். " சமுதாய உணர்வில்லாத கவிதைகள் உயிரற்றவை" என்ற பொதுவுடைமைத் தோழர் ஒருவர் சொன்ன கருத்தை மனதில் வைத்துக் கவிதையைப் புனைந்துள்ளார்.

" சோத்துப் பஞ்சம் தனியுடைமை
சாதி என்னும் பழங்கொடுமை
பாத்துப் பாத்துப் புளிச்சுப் போச்சு

பாடங்கேட்டுச் சலிச்சுப் போச்சு”

பிறப்பில் உயர்வு தாழ்வு கருதுதல் தவறு. பிறப்பில் உயர்வு தாழ்வு கருதுதல் நமது நாட்டிற்கே சிறப்பாக உண்டு என்பதைச் சான்றோர்கள் பல இடங்களில் காட்டியுள்ளனர். “ பிறப்பொக்கும் எல்லா உயிர்க்கும்” என்ற உலகப் பொதும-றையை சிந்தித்துப் பார்ப்பவர்கள் குறைந்து விட்டனர். பஞ்சம் , சாதி போன்ற பெருங்கொடுமைகள் சமுதாய வேர்களைச் செல்லரித்துப் போகச்செய்யும் சாபக்கே-டுகள் இத்தகைய கொடுமைகளை கவிஞர் தம் கவிதை வழி சாடியுள்ளார். “சாத்-திரங்கள் பல பேசும் சழக்கர்காள் கோத்திரமும் குலமும் கொண்டு என் செய்வீர்” என்ற திருநாவுக்கரசர் கருத்திற்கு ஒப்பானதாகக் கவிஞரின் கவிதை அமைந்-துள்ளது. “ எல்லோரும் ஓர் குலம்; எல்லோரும் ஓர் இனம்” என்ற பாரதியின் கருத்தில் ஆழங்கால் பட்டவரான கவிஞரின் மனதில் ஏற்பட்ட துயரநிலையைக் கவிதை புலப்படுத்துகிறது.

“ சொல்லுதல் யார்க்கும் எளிய அரியவாம்

சொல்லிய வண்ணம் செயல்”

என்ற வள்ளுவரின் கருத்தை மெய்ப்பிப்பது போல சாதியை ஒழிக்கிறேன்; பஞ்-சத்தை போக்குகிறேன் என்ற சொற்கள் வலம் வருகின்றன. சொல்லியபடி நடப்-பதி;ல்லை. அந்த சலிப்புணர்வை கவிஞரின் வரிகள் வலிகளாய் உணர்த்துகின்றன.

கவிதை என்னும் கலங்கரைவிளக்கம்

கவிதை என்னும் நீருற்று, அருவியாய் கொட்டி ஆர்ப்பரிக்கும் தன்மை கொண்டது. மண்ணிலிருந்த வண்ணமே எட்டாத உயரத்தைத் தொடும் வல்லமை வாய்ந்தது. மனித மனத்தின் மகிழ்;ச்சியையும் ரணங்களையும் வெளிப்படுத்தும் தன்மை கொண்டது. எப்படிப்பட்ட கருப்பொருளையும் கண்ணிவைத்துப் பிடிக்கும் ஆற்றல் கொண்டது. கண்கள் உறங்கிய போதும் உறங்காத தன்மை கொண்டது. மிகப் பெரிய சுதந்திரப்போராட்டத்தில் பாரதியின் மனதில் அக்கினிக்குஞ்சாய் விழுந்து நாடெல்லாம் பரவியது. அப்படிப்பட்ட கவிதையின் சிறப்பை கவிஞர் நன்-முறையில் புனைந்துள்ளார்.

“மனிதனை தெய்வமாக்கும் மகத்துவம்! நெஞ்சில்

புனிதமே உயிர்க்க வைக்கும் புண்ணியம் கவிதை! உள்ளத்

தனிமையைத் தகர்த்து வாசல் அமைப்பதும் கவிதையன்றோ

இனியுமேன் தயங்கு கின்றாய் எழுந்துவா கவிதை சொல்வோம்”

பூமிக்குள் இருக்கும் விதை போன்றது கவிதை. “ விதைத்தவன் உறங்கலாம்; விதை உறங்காது” என்பதைப் போல உறங்காத தன்மை கொண்டது. கவிஞன் உறங்கவேண்டும் என்று நினைத்தாலும் கவிதை உறங்காது என்பதைக் கவிஞர் தெளிவுபட எடுத்துரைக்கிறார். உள்ளத்தில் இருக்கும் தனிமையை விரட்டி வாசல்

வைப்பது போன்றது என்ற வரி மகத்துவம் கொண்டது. காலமென்னும் கடலில் தத்தளிக்கும் மனமான படகுகளுக்கு கலங்கரை விளக்கமாய் கவிதை இலங்குகிறது.

" உள்ளத்தில் உண்மையொளி உண்டாயின்

வாக்கினிலே ஒளி உண்டாகும்"

என்பார் பாரதி. உள்ளத்தின் உண்மை கவிதை வாயிலாக உலகை நல்வழிப்படுத்தும் தன்மை கொண்டது. வோர்ட்ஸ்வொர்த் கூறுவது போன்று " ஆற்றல் நிரம்பிய சொற்கள் தாமாகப் பொங்கி வழிவதுதான் கவிதை" என்பதற்கிணங்க கவிஞர் ரவியின் கவிதை அவரது உள்ளக்கிடக்கையை வெளிக்காட்டுகிறது. " பணியுமாம் பெருமை" என்ற வள்ளுவத்தின் மெய்ம்மையை கவிஞர் ரவி நூலின் வரவேற்புரையில், " தன்னைத் தானே ரசித்துக் கொள்வதற்காக என்னைக் கருவியாக்கி அன்னை பெய்த அமரவரிகளின் அணிவகுப்பை 'என் கவிதைகள்' என்று அழைக்கவும் கூசுகிறேன்" எனக் கூறுவதிலிருந்து உணர்ந்து கொள்ள முடிகிறது.

சமுதாய அவலம்

காலங்கள் பல கடந்தும் விஞ்ஞான வளர்ச்சியடைந்தும் இன்னும் மனித மனங்கள் பல மூடப்பழக்கவழக்கங்களைக் கைக்கொண்டிருக்கின்றன. பெண்ணடிமை , ஜாதகம் போன்ற செயல்பாடுகளால் பெண்கள் பல்வேறு இன்னல்களுக்கு உள்ளாகின்றனர். செவ்வாய் தோஷம், கைம்பெண் போன்ற கொடுமைகள் சமூகத்தில் தலைவிரித்தாடுகின்றன.

"பெண்ணுக்கு ஞானத்தை வைத்தான் - புவி

பேணி வளர்த்திடும் ஈசன்

மண்ணுக்குள்ளே சில மூடர் - நல்ல

மாதர் அறிவைக் கெடுத்தார்"

எனப் பாடியுள்ளார் நீடு துயில் நீக்கப் பாடி வந்த நிலாவான பாரதியார். மூடர்கள் பெண்ணுக்கான அறிவை மட்டும் கெடுக்கவில்லை, வாழ்க்கையையும் கெடுத்துள்ளனர் என்பதை பாரதியின் மனத்தின் அடிநாதம் போல கவிஞர் ரவி தம் கவிதையில் குறிப்பிட்டுக் காட்டியுள்ளார். உமா என்ற பெண்ணின் வாழ்க்கையில் நடந்த கொடுமையை,

" நிமிர்ந்த நடையும் நேர்கொண்ட பார்வையும்

நேர்மை முகப்பொலிவும்

செவ்வாய் தோஷம் அவளுக்குத் தந்த

சீர்வரிசை யன்றோ"

என்ற வரிகளின் வாயிலாக எள்ளி நகையாடுகிறார்.

" நிமிர்ந்த நன்னடை நேர்கொண்ட பார்வையும்

நிலத்தில் யார்க்கும் அஞ்சாத நெறிகளும்''

என்ற பாரதியின் பெண்ணாளுமை நிலையை சமூகம் உணர்ந்து கொள்ள-
வில்லை என்பதை செவ்வாய்தோஷம் என்ற ஒற்றை வார்த்தையின் வாயிலாக
கவிஞர் உணர்த்தியுள்ளார். கடைசியாக பெண்ணுக்கு இழைக்கப்பட்ட அநீதியை
'' ஆண்மையற்ற சமுதாயத்தின் அவலப்பெருமூச்சு'' எனக் குறிப்பிடுகிறார்.

'' எண்ணெய்க்கு பதில் அமிலம் ஊற்றி

தீபம் ஏற்றுவதா''

என்ற கவிதைவரிகளில் சிறப்பானதொரு உவமையைக் கையாண்டு ரணமான
மனநிலையை மனக்கண் முன்னே நிலைபெறச்செய்கிறார்.

பாரதிக்காக அழக்கூடாதா!

மனித வாழ்க்கையில் துன்பத்தை வெளிப்படுத்தி, ஆறுதல் தேட அழுகை
சிறந்த கருவியாகப் பயன்படுகிறது. மனிதனின் முதல் மொழி அழுகை எனக்
கூறினாலும் சாலப் பொருந்தும். தாய் கற்றுக் கொடுக்கும் தாய்மொழிக்கும் முன்ன-
தாக, பிறந்த குழந்தை தன் உணர்வை வெளிப்படுத்த மூலமாக அழுகை விளங்-
குகிறது. அன்பின் வெளிப்பாடாகவும் அழுகை வெளிப்படுகிறது. பாரதி என்னும்
வைரம் மண்ணுக்குள் புதைந்த தருணம் கவிஞர் ரவியின் மனதில் நிழலாடுகிறது.

'' அவனுக்காகக் கொஞ்சம் அழக்கூடாதா

புதைமண லில்சில விதைகள் தூரவப்

புறப்பட் டானே

போகும் வழியி லெல்லாம் நெஞ்சு

மிதிபட் டானே...''

இந்தியா சுதந்திரம் பெறவும், மக்களின் வாழ்க்கை நல்ல முறையில் அமை-
யவும் பல இன்னல்களை அனுபவித்த பாரதியின் இறப்புக்காக கவிஞரின் மனம்
பதைக்கிறது.

விரக்தியெனும் வேதனை

வாழ்க்கை என்பது மகிழ்ச்சி, துன்பம் என்ற இரண்டு முனைகளைக் கொண்ட
படகு போன்றது. பகலும் இரவும் போல மாறி வரும் இயல்பு கொண்டது. பருவ
வயதில் பல்வேறு சிந்தனைகள் ஆட்டிப்படைக்கின்றன. பொருளாதாரம் என்ற
நிலையைக் கடந்து இளமைப்பருவத்துக்கேயுரிய பல்வேறு உணர்வுகள் மனதை பல
வழிகளில் செலுத்தி விடுகின்றது. இளமையில் காதல் என்னும் பட்டாம்பூச்சி சிற-
கடிக்கும் நேரத்தில் பல்வேறு எண்ணங்கள் உள்ளத்தில் ஏற்படுகின்றன என்பதை
கவிஞர் ரவி தனக்கேயுரிய இரசனையோடு கவிதையில் கொடுத்திருக்கிறார்.

'' உள்ளக் கதவை மெல்லத் திறந்துநான்

உற்றுப் பார்க்கிறேன்

உருத்தெரி யாமல் நான்தான் அங்கே

உதிர்ந்து கிடக்கிறேன்"

மனதைத் திறந்து பார்த்தால் மட்டுமே நம்முடைய உரு உதிர்ந்து கிடப்பதை உணர முடியும். காதல் வரும் போது ஒவ்வொருவருக்குள்ளும் ஏற்படும் உணர்வு அலாதியானது. காதலாகிய காற்று வரும் போது சிலநேரங்களில் படபடக்கும், சிலநேரங்களில் மனம் சிலிர்க்கும். காதல் விலகும் போது மரணமாகிய பெருவலி மூச்சைப் பிடிக்கும். வாழ்க்கையே வெறுத்து விடும். " வாழ்வாவது மாயமிது ; மண்ணாவது திண்ணம்" என்ற சுந்தரமூர்த்தி நாயனாரின் மனநிலைக்கு உள்ளம் வந்து விடுகிறது.

" வாழ்க்கை என்றால் ஆயிரம் இருக்கும்

வாசல் தோறும் வேதனை இருக்கும்

வந்த துன்பம் எதுவென்றாலும்

வாடி நின்றால் ஓடுவதில்லை"

என்ற கவிஞர் கண்ணதாசன் வரிகளை காதல் உள்ளம் ஏற்பதில்லை. விரக்-தியும் நம்பி;க்கையும் மாறி மாறி வந்து நிற்கும். இத்துடன் வாழ்க்கை முடிந்து விட்டது என்ற மனநிலை ஏற்பட்டு விடும். அதைக் கவிஞர் ரவி,

" தூள்தூ ளான பாறைத் துகள்களாய்த்

துடி துடிக்கிறேன்

நாள்ஒவ் வொன்றும் நானே பலவாய்ப்

பிரிந்து தேய்கிறேன்"

என்ற வரிகளில் குறிப்பிடுகிறார். வாழ்வே மாயம் என்ற நிலையை காதல் வலி உணர்த்துகிறது.

ஞாபகத்தை சுமக்க வேண்டுமா?

ஞாபகம் என்பது மிகச்சிறந்த சக்தியாகவே பெரும்பாலானவர்களால் சொல்லப்-படுகிறது. ஆனால், ஞாபகமானது துன்பத்தை நினைவிற்குக் கொண்டு வருவதில் முதலிடம் வகிக்கிறது. மறதி என்பது சாபம் அல்ல; வரம் என்பதை காதலித்துத் தோற்றவர்களிடம் கேட்டுப் பார்த்தால் புலனாகும். வாழ்வின் பல்வேறு சூழல்க-ளில் துன்பமான ஞாபகங்கள் எதிர்காலச் சிந்தனைச் சிறகுகளை வெட்டி வீசிவி-டுகின்றன.

" காதல் என்ற கானகத்தில்

கால்க டுக்க ஓடினேன்

வார்த்தை நூறு கோத்து வைர

மாலை என்று சூடினேன்"

என்ற வரிகளின் வாயிலாக காதலால் ஏற்பட்ட வலியினை கவிஞர் ரவி புலனுணர்வின் வழி வெளிப்படுத்துகிறது. காதல் வெற்றியென்றால், அதைப் போன்ற சொர்க்கம் இல்லை ; தோல்வியென்றால் அதைப் போன்ற பாழ் நரகம்

இல்லை எனக் கூறிவிடலாம்.

மகாகவி பாரதியாரும் காதலினால் ஏற்பட்ட வலியை,

" காதல் காதல் காதல்

காதல் போயின்

சாதல் சாதல் சாதல்"

இவ்விதம் குறிப்பிட்டுச் சென்றிருக்கிறார்.

காதலைப் பற்றி வேறொரிடத்தில்,

" விழிகளாலே பாலமிட்டு நம்

உணர்வுக ளைப் பரி மாறிக் கொள்வோம்

சொற்க ளாலே முத்த மிட்டுச்

சொப்ப னத்தேர் ஏறிச் செல்வோம்"

என்ற வரிகளில் காதல் உணர்வைப் போன்றது; உயிரைப் போன்றது எனத் தெளிவுபடுத்துகிறார்.

எதிர்காலத்தை நோக்கி

இறந்தகாலம், நிகழ்காலம், எதிர்காலம் என்ற மூன்று காலங்கள் சொல்லப்பட்-டாலும் ஒரு கவிஞனின் பார்வை எதிர்காலத்தை நோக்கியதாக இருக்கும். ஏதிர்-காலத்தைப் படைக்கும் படைப்பாளனாக கவிஞன் விளங்குகிறான். மகாகவி பார-தியாரின் கவிதைகளில் இதனைக் காணலாம்.

" ஆடுவோமே பள்ளுப் பாடுவோமே

ஆனந்த சுதந்திரம் அடைந்து விட்டோமென்று"

என்ற உன்னத வரிகள் சுதந்திரம் பெறுவதற்கு முன்பே பாடப்பட்ட கவிஞரின் சிந்தனை. பாரதி மறைந்து விட்டாலும் அவரது சிந்தனை நிலைத்துவிட்டது; நாட்-டிற்கு சுதந்திரம் கிடைத்து விட்டது. பாரதியின் மேற்கண்ட பாடல் இந்தியா முழு-வதும் ஒலித்தது. கவிஞன் எதிர்காலத்தைக் கணிக்கும் காலக்கணிதன் என்பதை உய்த்துணர முடிகிறது.

கவிஞர் ரவியின் சிந்தனையிலும் எதிர்காலச் சிந்தனையை அறியமுடிகிறது. கவிஞர் ரசிகனிடத்தில் பேசுமிடத்தில் , " இன்றைய புவிக்காலத்திலிருந்து பல ஆண்டுகள் முன்னேறி எதிர்காலத்துக்கு வந்து விட்டோம்" எனக் கூறுவதிலிருந்து அறிய முடிகிறது. எதிர்காலம் என்பது நம் தேவையை, எதிர்பார்ப்பை நிறைவேற்றச் செய்கின்ற ஓரிடமாக அமைகிறது. கற்பனையும் சில நேரங்களில் எதிர்காலத்தை உருவாக்குகிறது.

" நெருங்கி விட்டான் நிமிர்கிறேன் - அட

எத்தனை முறையிவனைச் சந்தித் துள்ளேன்

எத்தனை முறையிவன்

என்னைத் தேடி வந்துள்ளான்

என்னைக் கூட்டிச் சென்றுள்ளான்

ஒருமுறை கூடப் பேசிய தில்லை

ஊர்பேர் எதையும் கூறியதில்லை''

என்ற வரிகளில் கவிஞர் ரவியுடன் முகம் தெரியாத ஒரு மனிதர் பயணிப்பதை தெரிந்து கொள்ள முடிகிறது. கவிஞருக்கென ஒருலகம் உண்டு. அங்கு கவிஞரே முடிசூடா மன்னர் என்பதை கவிதைகளில் காண முடிகிறது.

முடிவுரை

கவிஞன் என்பவன் சமூகத்தின் மீது மிகுந்த அக்கறை கொண்டவன். எதிர்-காலத்தை படைக்கும் வல்லமை கொண்டவன் என்பதைக் கவிஞர் ரவியின் வரி-களின் வாயிலாக உய்த்துணர முடிகிறது. கவிதையின் நோக்கம் இரசிப்புத் தன்-மையை மட்டும் எதிர்நோக்கியதல்ல. அஃது தேவையை ஒட்டியது என்பதைக் கவிஞர் பலவிடங்களில் பறை சாற்றியுள்ளார்.

குறிப்புதவி நூல்கள்

1. திருக்குறள் - மு.வரதராசனார் உரை

2. பாரதியார் கவிதைகள் - வானதி பதிப்பகம்

3. தேவாரம் - கழக வெளியீடு

4. கண்ணதாசன் கவிதைகள் - கண்ணதாசன்

www.ingramcontent.com/pod-product-compliance
Lightning Source LLC
Chambersburg PA
CBHW072047150726

47996CB00015B/2002